D1771085

இளவரசி கவிதைகள்

இளவரசி கவிதைகள்

ஆனந்த் (பி. 1951)

ஆனந்த் படைப்புகளாக, 'அவரவர் கைமணல்' (ஆனந்த் – தேவதச்சன், 1981), 'காலடியில் ஆகாயம்' (1992), 'அளவில்லாத மலர்' (2007) ஆகிய மூன்று கவிதைத் தொகுப்புகளும் 'வேர்நுனிகள்' (2003) என்ற குறுநாவலும் சிறுகதைகளும் அடங்கிய தொகுப்பொன்றும் 'இரண்டு சிகரங்களின் கீழ்' (1983), 'நான் காணாமல் போகும் கதை' (2003) என்ற இரு குறுநாவல்களும் 'கவிதை என்னும் வாள்வீச்சு' (2009), 'காலவெளிக் காடு' (2013) எனும் கவிதைகள் குறித்த, பிரக்ஞைவெளி குறித்த இரு கட்டுரைத் தொகுப்புகளும் 'அறியப்படாத தீவு' (2006), 'க' (2010), 'மிஸ்டர் ஜூல்ஸுடன் ஒரு நாள்' (2014) ஆகிய மூன்று மொழிபெயர்ப்பு நூல்களும் வெளியாகியுள்ளன.

தற்போது மனநல ஆலோசகராகவும் மனிதவள மேம்பாட்டுப் பயிற்சியாளராகவும் உள்ளார்.

மின்னஞ்சல்: anandh51ad@gmail.com

ஆனந்த்

இளவரசி கவிதைகள்

காலச்சுவடு பதிப்பகம்

இளவரசி கவிதைகள் ❖ கவிதைகள் ❖ ஆசிரியர்: ஆனந்த் ❖ © கி. ஆனந்த் ♦ முதல் (குறும்) பதிப்பு: செப்டம்பர் 2016 ❖ வெளியீடு: காலச்சுவடு பப்ளிகேஷன்ஸ் (பி)லிட்., 669 கே. பி. சாலை, நாகர்கோவில் 629001 ❖ கோட்டோவியங்கள்: ட்ராட்ஸ்கி மருது.

காலச்சுவடு பதிப்பக வெளியீடு: 738

ilavarasi kavithaikal ❖ Poems ❖ Author: Anandh ❖ © K. Anandh ♦ Language: Tamil ❖ First (Short) Edition: September 2016 ❖ Size: Demy 1 x 8 ❖ Paper: 18.6 kg maplitho ❖ Pages: 208

Published by Kalachuvadu Publications Pvt. Ltd., 669 K.P. Road, Nagercoil 629001, India ❖ Phone: 91 - 4652 - 278525 ❖ e-mail: publications@kalachuvadu.com ❖ Line Drawings: Trotsky Marudu ❖ Printed at: Compuprint Premier Design House, Chennai 600086

ISBN: 978-93-5244-061-0

09/2016/S.No. 738, kcp 1591, 18.6 (1) MLL

குட்டி இளவரசி
மிராவுக்கு

பொருளடக்கம்

முன்னுரை	13
யார் இந்த இளவரசி?	17
வாடாத மலர்	25
வந்த வழி	27
பாம்புக் கதை	30
விதைக்குள்	32
மழை நாள்	35
மின்னும் விளக்கு	39
வயது	47
கனவில் வந்த இளவரசன்	48
புதிர்க்கதை	50
காத்திருந்த காலம்	56
தூங்கும் இளவரசி	58

நீலமலரோசை	63
மலைமேல் தீபங்கள்	67
கடைத்தெரு	71
பகலிலும் இரவிலும்	74
மயிலிறகு	77
நீர் தேடி	79
தாலாட்டு	83
கடல் திறந்து	85
காட்டு மலர்	91
சிறகு விரித்து	93
பயணம் நடக்கும் பாதை	97
சுழன்று வீசும் காற்றில்	101
காதல் பாதை	107
உலகின் மறுகோடியில்	111
வட்டத்தின் உள்ளே	115
யாளிகளின் வரலாறு	117
மீன்களின் உலகு	119
ஆதிமொழி	129
புதுமலர்	131
இரண்டு பேர்	137

எந்தன் இளவரசி	139
விண் திறந்த நாள்	142
தூய ஒளி	145
பெயரற்ற இருள்வெளி	149
மூங்கில் காடு	155
கண்ணாடி	161
பாதையின் பதிவுகள்	163
மலர்வனம்	170
மேலும் நடக்கும் நாடகம்	172
நீலக்குயில்	186
காட்டுக்குள்ளே இளவரசன்	188
காதல்	193
யாத்திரை	194
முதல் முத்தம்	199
நித்யகன்னி	201

முன்னுரை

ஏறக்குறைய ஆறு ஆண்டுகளுக்கு முன் ஒருநாள் தற்செயலாக என் கவிதைத் தொகுதியான ‘அளவில்லாத மலர்’ புத்தகத்தை எடுத்துப் புரட்டிக்கொண்டிருந்தேன். அதில் ஒரு கவிதை கண்ணில் பட்டது.

யாளிகளின் வரலாறு

பல்லக்கிலிருந்து
இறங்கிய இளவரசி
குளிப்பதற்காக ஆடை நீக்கிக்
குளத்தில் இறங்கியபோது
வானம் சூழ்ந்து அவளை
மறைத்துக்கொண்டது

மரத்தின் பின்னால்
மறைந்து நின்ற
பல்லக்குத் தூக்கிகளின் கண்களில்
மறைத்து நின்ற
வானத்தின் வழியே தெரிந்தன
தூரத்து மலைகள்

மலையிலிருந்து பேரருவி
பாய்ந்திறங்கிய வேகத்தில்
பல்லக்குத் தூக்கிகள்
மறைந்து நின்ற மரங்கள்
மறைந்து போயின

அப்போதுதான்
சிரிக்கத் தொடங்கின
யாளிகள்

●

நான் எழுதிய கவிதைதான். ஆனால் ஏனோ அந்தக் கணத்தில் அந்த இளவரசி சட்டென்று என் மனத்தை ஆக்கிரமித்துக்கொண்டாள். என் மனத்தில் ஒரு சக்தி மிகுந்த உயிரூக்கமாக உருக்கொண்டுவிட்டாள். சூட்சுமத்தின் குறியீடாக அவள் தென்பட்டாள். அப்போதிருந்து தொடங்கி என் வாழ்க்கையை அவள்தான் வழிநடத்திச் செல்கிறாள் என்று சொல்வதில் தவறொன்றுமில்லை.

இந்தக் காலகட்டத்தில் என் வாழ்வில் உள்ளேயும் வெளியேயும் நடந்த, நடக்கும், ஒவ்வொரு நிகழ்வும் ஏதோவொரு விதத்தில் இந்தக் கவிதைகளின் உருவாக்கத்தில் பங்குகொண்டிருக்கிறது.

இளவரசி என் மனத்தில் வெறும் ஒரு கருத்தாக இல்லாமல் என் அகவழிப் பயணத்தின் திசைகாட்டியாக இயக்கம் கொண்டாள். என் உள்ளத்தை, என் உணர்ச்சிகளை, தன்னியல்பாக இழையும் மென்னுணர்வுகளை சிந்தனைப் போக்கை கருத்தோட்டங்களை என் செயல்பாட்டை அவள் பிரசன்னம் உள்ளிருந்து இயக்கியது. என் அகத்தின் நான் அறிந்திராத மூலைகளுக்கு என்னை இட்டுச் சென்றாள். அங்கு கவிந்திருந்த இருள் நீங்கத் துணை புரிந்தாள். பிழிந்தெடுக்கும் வலியும் ஆழமான வேதனையும் ஒருபுறம், ஆனந்தத்தில் அமிழ்ந்தமிழ்ந்து எழும் அற்புதம் மறுபுறம், இரண்டுக்கும் இடையில் என் மனம் ஊசலாடிக்கொண்டிருந்தது.

நான் பொதுவாகக் கவிதை எழுதும் முறைப்பாட்டிலிருந்து இந்தக் கவிதைகளை எழுதிய, அல்லது அவை வெளிப்பட்ட, முறைப்பாடு முற்றிலும் வேறானது. இந்தக் கவிதைகளை எழுதியபோது எனக்குள் இயங்கிய அகக்கட்டமைப்பே பெரிதும் வேறுபட்டது என்றுகூடச் சொல்லலாம். மேல்மனக் கட்டமைப்பின் இயக்கம் பெரிதளவு இல்லாத ஒரு அகநிலையாக அது இருந்தது.

என் மற்ற கவிதைகளைப் போலல்லாமல் ஏனோ இந்தக் கவிதைகளின் பல பகுதிகளில் தன்னிச்சையாக மரபுவழிச் சந்தம் தூக்கலாக வந்திருக்கிறது. அந்தச் சந்தம் எனக்குப் பிடிக்கவும் செய்கிறது என்பது உண்மைதான்.

‘யார் இந்த இளவரசி?’ என்று நண்பர்கள் என்னைக் கேட்டார்கள். எனக்குத் தெரியவில்லை என்று சொன்னேன். ‘இது ஆண்மனப் பெண்பிம்பம் *(Anima)* தான். அவள் விளையாட்டுத்தான் இது,’ என்றார் மனோவியலில் ஆழ்ந்த ஈடுபாடும் தேர்ந்த அறிவும் உள்ள ஒரு நண்பர். ‘பல கவிதைகளில் வரும் பிம்பங்கள் ரசவாதத்தின் குறியீடுகளாக இருக்கின்றன. ரசவாதம் ஈயத்தைப் பொன்னாக்கும் ஜாலமல்ல. அகவழிப் பயணத்தின் வரைபடம். அந்தப் பயணத்தின் வழிக் குறிப்புகள்,’ என்றார் அவர்.

குறிப்பாக,

ஈரக் கூந்தல் நுனியில்
ஒற்றைத் துளி பாதரசம் தொங்கி நிற்க

என்னும் வரிகளை இதற்கு எடுத்துக்காட்டாகக் காட்டினார். மேலும்,

ரசம் தோய்த்த வாள் கொண்டு இரவு நேரம்
இளவேனிற் பருவத்தில் கானகத்துள்
வளர்ந்து நின்ற பாகற்கொடி அறுத்துப் போட்டு
முதுவேனிற் காலம் வரை காத்திருந்து
முளைவிட்ட புதுக்கொடியில் முகிழ்த்துவந்த
பொன்மலரின் ஒளிவிரிந்து பகலாய்க் காய
இளவரசி பொன்மலரைச் சூடிக்கொண்டாள்

என்னும் வரிகளில் வெளிப்பட்டிருக்கும் படிமங்கள் ரசவாதத்தின் குறியீடுகளைக் கொண்டிருப்பது உண்மைதான். ‘பொன்மலர்’ *(Golden Flower)* என்பது ‘பொன்மலரின் ரகசியம்’ *(Secret of The Golden Flower)* என்னும் மிகப் பழைய சீன நூலின் மையக் கருத்தாகும். முழுமையின் குறியீடு அது.

இந்தக் கவிதைகளின் தன்னியல்பான வெளிப்பாடு, எனக்குள் பொதிந்திருக்கும் பெண்மையின் அம்சம் மேலெழுந்து வெளிப்பட்டு, என் ஆளுமையுடன் ஒருங்கிணையும் முறைப்பாடாக இருக்கக்கூடும் என்று தோன்றுகிறது.

நண்பர்கள் கேட்ட ‘யார் இந்த இளவரசி?’ என்னும் கேள்வி என் மனத்தில் ஒரு மூட்டம்போல் தொடர்ந்து மிதந்துகொண்டிருந்தபோது ஒருநாள் அதுபற்றி எழுதும் உந்துதல் மனத்தில் தோன்றியது. அப்போது எழுதியதுதான் ‘யார் இந்த இளவரசி?’ என்னும் கருத்தோட்டம்.

ஏற்கனவே 'யாளிகளின் வரலாறு', 'ஆதிமொழி', 'காதல்', என்னும் கவிதைகள் 'அளவில்லாத மலர்' தொகுதியில் சேர்க்கப்பட்டிருந்தாலும் இந்தத் தொகுதியின் அடிப்படை ஒழுங்கமைப்பில் அவை பொருந்துவதன் காரணமாக அவற்றையும் இத் தொகுதியில் சேர்த்திருக்கிறேன்.

தொடர்ந்து என் எழுத்துக்களைப் பிரசுரித்து என்னை ஊக்குவித்துக்கொண்டிருக்கும் கண்ணனுக்கும் *காலச்சுவடு* அலுவலர்களுக்கும் என் நன்றி உரித்தாகிறது. அற்புதமான அட்டை ஓவியத்தையும் நூலின் உள்ளே இருக்கும் கோட்டுச் சித்திரங்களையும் வரைந்து தந்து நூலை வடிவமைத்துக் கொடுத்த திரு. ட்ராட்ஸ்கி மருது அவர்களுக்கு என் மனமார்ந்த நன்றி. பிரதியில் இருந்த பிழைகளைக் கண்டறிந்து திருத்தங்கள் செய்து சீரமைத்துத் தந்ததோடு கச்சிதமானதொரு பின்னட்டைக் குறிப்பும் எழுதிக் கொடுத்த திரு. பெருமாள்முருகனுக்கு என் நன்றிகள் பல.

சென்னை *14* **ஆனந்த்**

03.06.2016

யார் இந்த இளவரசி?

எனக்குள்ளும் எனக்குள் இருக்கும் எனக்குள்ளும் உறைந்திருக்கும் பெண்மையின் சாந்நித்தியம்தான் இளவரசி. உங்களுக்குள்ளும்தான். உங்களுக்குள் இருக்கும் உங்களுக்குள்ளும் கூடத்தான்.

கன்னிமை மாறாத கட்டிளம் நாயகி அவள். பாறையை மெல்லத் துளைத்து ஊடுருவி உள் நுழைந்துவிடும் வேர்நுனியின் மென்மையான வலிமை, பசுங்கொடி போன்ற நளினம், என்றும் வற்றாத இளமை, பிரமிக்கவைக்கும் பேரழகு, வளைந்து சுழித்தோடும் பேராறு; அனைத்து நதிகளையும் தனக்குள் வாங்கிக்கொண்டு, மறுபடி மேகமென மேலே அனுப்பி, மழையாய் மீண்டும் கைக்கொள்ளும் கடல்; காலப்போக்கில் மலைகளைத் தேய்த்துத்தேய்த்துக் கரைத்துவிடும் காற்று; பன்னெடுங்காலம் ஓடிப் பள்ளத்தாக்குகளை உருவாக்கிப் பூமியின் முகத்தையே மாற்றிவிடும் நீரோட்டம்; உள்ளதை இல்லாததாக்கிவிடும், இருப்பதை வேறொன்றாக மாற்றிவிடும் நெருப்பு; திடம் மாறாமல் தன்னில் இடுவதை வளர்த்தெடுத்துக் கொடுக்கும் நிலம்; அனைத்தையும் தன்னுள் வைத்திருக்கும் ஆகாயம்; அந்த ஆகாயத்தையும் தாங்கி நிற்கும் காலவெளி. எல்லாம் பெண்மைதான். அனைத்தும் எனக்கு என் இளவரசிதான்.

மானஸ மாதரசி அவள். மன உருவெளிப் பிம்பம். கரையிலா அகப் பெருவெளி. பிரக்ஞைப் பெருநதி. துயிலின் வேளையில் கனவுகளை அனுப்புகிறாள். துயிலின் ஆழத்திலிருந்து எழுந்து மனத்தைத் தூண்டி விழிக்கச் செய்கிறாள். உலகைக் காட்டுகிறாள். உலகைக் காணும் தன்னையும் அறியச் செய்கிறாள்.

தூரத்து நறுமணத்தைப் போன்று உருவமற்றவள் அவள். அதனால் எந்த உருவத்தையும் அவளால் மேற்கொள்ள முடியும். எல்லா உருவங்களும் அவள் உருவம்தான். அதனாலேயே எந்த உருவமும் அவள் உருவமல்ல. தன்மைகளனைத்தும் அவள் தன்மைகள்தான். அந்தக் காரணத்தாலேயே அவள் அனைத்துத் தன்மைகளையும் கடந்தவளாக நிற்கிறாள். அவளுக்கு வயதில்லை. வயதும் வளர்ச்சியும் கடந்தவள் அவள்.

எங்கே இருக்கிறாள் அவள்? இங்கே, அங்கே, எங்கேயும்தான். காணும் காட்சியாய் இருக்கிறாள். கண்ணின் பார்வையாய் இருக்கிறாள். கண்ணுக்குப் பின்னால் நின்று காணும் பிரக்ஞையாய் நிலைக்கிறாள். கண்ணுக்கெட்டாத தொலைவிலும் இருக்கிறாள். காட்சியின் உட்புலமாய், சித்திரக் காலவெளியாய், கலைஞனின் கைத்திறனாய் உறைகிறாள். கானகப் பெருவெளி, ககன நீள்விசும்பு, அனைத்தும் அவளே. பார்வையாய் இருக்கிறாள்; கேட்டலாய் முகர்தலாய் சுவைத்தலாய் இருக்கிறாள்; ஸ்பரிசமாகவும் இருப்பது என் இளவரசியே. காலவெளிப் பிரதேசத்தின் எல்லைக்கப்பால் நின்று அதை ஆட்கொள்ளும் காதல் இளவரசி அவள்.

மரம் செடி கொடியாய், மேகமாய், மலையாய், மழையாய், வானமாய், பறவையாய், விலங்குகளாய், மனிதர்களாய், தெய்வங்களாய், எண்ணங்களாய், உணர்ச்சிகளாய், உணர்வாய், பூத்தலாய், காய்த்தலாய், கனிதலாய் அனைத்துமாக இருப்பவள் எனக்கு என் இளவரசியே. அவளிடமிருந்துதான் இவையெல்லாம் தோற்றம்கொள்கின்றன. மீண்டும் அவளிடமே இவையெல்லாம் போய்ச்சேர்கின்றன.

இரவாகவும் பகலாகவும், மழையாகவும் வெயிலாகவும், நம்பிக்கையாகவும் அவநம்பிக்கை யாகவும் இருப்பவள் அவளே. துயரமாகவும் மகிழ்ச்சியாகவும்,

அச்சமாகவும் தைரியமாகவும், கோபமாகவும் சாந்தமாகவும் அவள்தான் இருக்கிறாள். பேரிரைச்சலும் பெருநிசப்தமும் அவள்தான். எதிர்மறைகளுக்கு அப்பால் நடக்கிறது அவள் ஆட்சி. அழகும் அழகற்றதும், மிகச் சிறியதும் அனைத்திலும் பெரியதும், இளமையும் முதுமையும் அவள்தான். அவள் சந்நிதியில் எதிர்மறைகள் தம் இருமை கடந்து, ஆனால் இயல்பு மாறாமல் ஒத்திசைந்து, ஒன்றாய் உறைகின்றன. ஞான ஒளிச்சாகரமும் அவள்தான்; அஞ்ஞானத்தின் ஆழ் இருள்வெளியும் அவளே. ஒன்றும் பலவும் அவள் விகாசமே. அவள்தான் 'இருப்பவள்.'

உடலாகவும் உடலில் ஓடும் உயிராகவும் உயிரின் தன்னுணர்வாகவும் அவள் இயங்குகிறாள். மேல்மனத்தையும் ஆழ்மனத்தையும் அவள்தான் உள்ளிருந்து இயக்குகிறாள். தனிமையுணர்வும் அவள்தான்; துணையும் அவள்தான். வெறுமையும் அவள்தான். நிறைவும் அவளேதான். காத்திருத்தலும் அவள்தான்; அடைதலும் அவளே. பிரிதலும் சேர்தலும் அவள்தான்.

அறியாமையாகவும் அறிதலாகவும் அடைந்த அறிவாகவும் அவளே இருக்கிறாள். அறிவின் எல்லைக்கப்பால் விரியும் அறியாததன் எல்லையற்ற விசாலம் அவளே. நனவொளியின் எல்லைக்கோட்டுக்கு வெளியே பரந்திருக்கும் நனவிலியின் இருள் விரிவுதான் அவள் உறையும் வெளி. நனவிலி இருள் என்பதாலேயே எதிர்மறையானதல்ல. நனவிலிதான் ஆக்க சக்திகளின் உறைவிடம்; உருக்கொள்ளாத உண்மை. ஆழ்மனப் பிரக்ஞையின் அகவெளி. நனவிலியின் ஆழத்தில்தான் பிரக்ஞையின் அடித்தளம் வேர்கொண்டிருக்கிறது. நனவு மனத்தளத்துக்கும் நனவிலிக்கும் இடையில் பாலமாகச் செயல்படும் ஆழ்மனச் சக்திகளின் நாயகிதான் என் இளவரசி. இந்த இரு தளங்களுக்கும் இடையில் ஏற்படக்கூடிய ஒருங்கிணைப்புத்தான் முழுமையின் அனுபவத்துக்கு இட்டுச் செல்ல வழிவகுக்கும். அதற்கு இளவரசியின் தயவு இன்றியமையாதது.

அகத்துக்கும் புறத்துக்கும் இடையே உள்ள உறவின் இயக்க விதிகளை நிர்ணயித்து அதை நிர்வகிப்பது அவள்தான். பல நேரங்களில் நம் வாழ்வில் ஏற்படும் உறவுகளின், சம்பவிக்கும் நிகழ்வுகளின் பின்னால் இருந்து இயங்கும் இலக்கணத்தை அறிய மாட்டாமல் நாம் அனுபவம் கொள்ளும் அவஸ்தைக்குக் காரணமாக அமைந்திருப்பது

அவள்தான். நம் அக இருளில் நீட்சி கொண்டிருக்கும் பிரதேசங்களில் ஒளியூட்டி அவற்றை நாமறியச் செய்வது அவள் கருணையே.

ஆனால் அந்த முறைப்பாடு சில நேரங்களில் மிகுந்த வலியும் வேதனையும் கொண்டதாக அமைய முடியும். இதற்கு முக்கியமான காரணம் பிரபஞ்சத்தின் பரிணாமமும் தனிமனிதர்களின் அக வளர்ச்சியும் ஒன்றோடொன்று பின்னிப் பிணைந்தவையாக இருப்பதுதான். ஒரு விதத்தில் இரண்டும் ஒரே முறைப்பாட்டின் இருவேறு அம்சங்கள்தான். புதிய பிரக்ஞைத் தளங்களின் பிறப்புசார்ந்த முறைப்பாடு அது. பிறப்பு எப்போதுமே வலி மிகுந்ததுதானே?

இளவரசி பிரக்ஞையின் உள்ளேயிருந்து மனிதனை உருவாக்குகிறாள். புதிய பிரக்ஞைக் கட்டமைப்புகளை உருவாக்குகிறாள். சில சமயம் சில மனிதர்கள் வழியாகப் புதிய உலகங்களை, அவற்றுக்கான புதிய கட்டமைப்புகளை உருவாக்குகிறாள். புதிய உறவுத் தளங்களை அமைக்கிறாள். மனித இனத்தை ஒரு கட்டத்திலிருந்து இன்னொரு கட்டத்துக்கு, பிரக்ஞைத் தளத்திலிருந்து இன்னொரு பிரக்ஞைத் தளத்துக்கு நடத்திச் செல்வது அவள்தான். உண்மையான உலக வரலாற்றின் பின்புலத்தில் இருந்து மனித வாழ்வை இயக்கிக் கூட்டிச் செல்வது என் இளவரசிதான்.

நம் வாழ்வனுபவ வெளியில் நுழையும் ஒவ்வொரு நபரும் நம் ஆகிருதியின் ஏதோ ஒரு அம்சத்தைப் பிரதிநிதித்துவப்படுத்துகிறார்கள். அந்த அம்சத்தை நம் ஆழ்மனப் பிரக்ஞையிலிருந்து மேலெழுப்பி நனவுவெளியில் அதை அனுபவமாக்கும் வேலையை அவர்கள் செய்கிறார்கள். அந்தக் குறிப்பிட்ட நபர் அன்றி வேறு யாரும் அந்த அம்சத்தை நமக்குள் எழுப்ப முடியாது. அந்த நபர் நம் வாழ்வில் சரியான நேரத்தில், சரியான விதத்தில் நுழைந்து அந்தக் குறிப்பிட்ட அம்சத்தை மேலெழுப்புவதற்காகவே, நம் வாழ்வை அடுத்த கட்டத்துக்கு நகர்த்தும் பொருட்டே, பிறவி எடுத்து வந்திருப்பதாகக்கூடத் தோன்றும். ஆழ்ந்த தரிசனமாகக்கூட அது நமக்குத் தோன்ற முடியும். அந்த நேரத்தில் நம் பிரக்ஞை அமைப்பே அடிப்படை மாற்றத்துக்குள்ளாவது தவிர்க்க முடியாதது. எங்கும் எப்போதும் அந்த அம்சமே நம் மனத்தை முற்றிலுமாக ஆட்கொண்டுவிடும் அனுபவத்தை நாம் எதிர்கொள்ள

நேரிடும். எங்கே பார்த்தாலும், எந்தத் திசையை நோக்கினாலும் அந்த அம்சமே தெரிவதாக இருக்கும். அந்தச் சந்திப்பின் பிறகு பெரும்புயல் கலைத்த ஊரைப் போல் நம் வாழ்வனுபவத் தளம் அடியோடு மாற்றத்துக்குள்ளாகியிருக்கும். நமக்குள் ஒரு இடத்தில் நாம் இருக்கும்போது தொடங்கிய அந்த அனுபவம் ஒரு கட்டத்தை அடையும்போது நாம் வேறு ஒரு இடத்தை அல்லது சில நேரம் வேறு ஒரு தளத்தையே வந்தடைந்திருப்பது தெரியவரும். உறவுகளின் வலைப்பின்னல் உருவாகும் இலக்கண விதிகள் இளவரசியின் ஜாலம்தான். நமக்குள் இன்னும் மேலெழாமல் இருக்கும் அம்சங்களை வெளிக்கொண்டுவந்து ஒருங்கிணைத்து நம்மை நம் முழுமைக்குக் கொண்டு சேர்க்கும் ரசவாதத்தை நிகழ்த்துபவள் அவள்தான்.

நம் அகவெளியை அடியோடு மாற்றி, அருகில் இருப்பதை வெகுதொலைவுக்குக் கொண்டு போய் வைத்து, எங்கோ இருப்பதை நமக்கு மிக அருகில் கொண்டுவந்து வைத்து அனைத்துக்கும் மேலானதாக்கி ஆடும் விளையாட்டுகள் அனைத்தும் அவள் செயல்தான். நம் வாழ்வின் மைய அச்சாகப் புதிய ஒரு விஷயம் அமைந்துவிடும் விளையாட்டை அவள் நடத்துகிறாள். ஆழ்மன அமைப்புகளில் நிகழும் மாற்றங்கள் அனுபவக் கட்டமைப்பையே மாற்றிவிடக் கூடியவை. இதுவே அகவளர்ச்சியின் முறைப்பாடு. இப்போதின் கணத்தில் எப்போதும் அது நடந்துகொண்டே இருக்கிறது. இப்போதுதான் அவள் உறையும் காலவெளிப் புள்ளி.

அனைத்துப் பொருள்களின் தன்னியல்பும் அவள்தான். அதனால் பிரபஞ்சத்தின் தன்னியல்பும் அவளே. அவளால்தான் பிரபஞ்சம் தான் இருப்பதை அறிந்துகொள்கிறது. அதே சமயம் பிரபஞ்சத்தின் வழியாகத்தான் அவள் தன்னை அறிந்துகொள்கிறாள்.

என் இளவரசி ஒரு ஆள் இல்லை. அவள் உயிர்ச்சக்தி; அடிப்படைத் தத்துவம். உயிர் தன்னைத் தானே அறிந்து உணர்ந்துகொள்வதற்கு ஒரு தனிமனம் வேண்டும். தனிமனத்தில்தான் உயிர் தன்னறிவு அடைய முடியும். இந்தக் காரணத்தால் இளவரசி தன்னைத் தானே அறிந்துகொள்ள ஒரு தனிமனம் தேவை. தனிமனத்தில்தான் 'நான்' என்னும் உணர்வு தோன்றி நிலைகொள்ள முடியும்.

என் பிரக்ஞையில் 'நான்' என்று இளவரசி தன்னைத் தானே அனுபவம் கொள்கிறாள். நான் அவளை 'நான்' என்று உணர்கிறேன். நான் என்னை உணர்ந்துகொள்வதும், என்னில் அவள் தன்னை உணர்வதும் ஒரே அனுபவம்தான். நான் அவளை இன்னொருவராக அறிந்துகொள்ள முடியாது. அவள் தன்னை உணர்ந்துகொள்ளும் அனுபவத்தில் நான் பங்கேற்க முடியும். அறிவுணர்வு சுயவிழிப்புக் கொள்ளாத நிலையில் நான் என்னை 'நான்' என்று நினைத்துக்கொள்கிறேன். தனியொரு உயிராகக் கருதிக்கொள்கிறேன். ஆழ்ந்த அறிவுணர்வு பிரக்ஞையில் முழுவிழிப்புடன் நிலைக்கும்போது நான் என்னை 'அவள்' என்று உணர்ந்துகொள்கிறேன். அவள்தான் 'நானாகவும்' எல்லோருமாகவும் இருக்கிறாள் என்பதை அறிந்து உணர்ந்துகொள்கிறேன். எனக்கும் அவளுக்கும் இடையில் உள்ள உறவின் ரகசியம் இதுதான். அவளருளால்தான் அவளை அறிய முடியும்.

இளவரசி ஒரு ஆள் இல்லை என்னும் பட்சத்தில் ஏன் அவளை ஒரு பெண்ணாகக் கொள்ள வேண்டும்? அந்தச் சக்தியை, அந்தத் தத்துவத்தை ஏன் பெண்பாலாகக் கருத வேண்டும்? ஏனெனில் பெண்மையின் தன்மைகள் என நாம் கொள்ளும் மென்மை, தன்னதேயான ஒரு வலிமை, நளினம், நீர்மையின் தன்மை ஓடும் பெரும் பேரழகு, பொறுமை, குழைவு, தாய்மையுணர்வு, ஆக்கல் திறன், புதியதைச் சூல் கொள்வது, அதற்குப் பிறப்பளிப்பது, அரவணைப்பு, அயராத சகிப்புத் தன்மை, வளைந்து கொடுப்பது, சுயப் பிரக்ஞையின் நிழல் விழாத பெருமிதம், கனிவு கலையாத கம்பீரம் போன்ற பல குணங்களை நாம் அந்தச் சக்தியை அனுபவம் கொள்ளும்போது உணர முடிகிறது. அதனால்தான் அந்தச் சக்தி பெண்மையின் சாந்நித்தியமாகத் தோற்றம் கொள்கிறது.

என் இளவரசிக்குப் பல முகங்கள் உண்டு. உக்கிரம் தகிக்கும் முகம்; சாந்தமும் கருணையும் கசிந்துருகும் முகம்; சில நேரம் கேலியும் கிண்டலும் கண்களில் நர்த்தனமாடும் முகம்; பேரன்பு, பெரும் அமைதி போன்ற பல ரசங்களைக் காட்டுவதும் அவள் முகமே. அறிவின் உள்ளொளியின் தோற்றுவாய் அவள்தான். சொல்லின் நாயகியும் அவள்தான்.

நனவு மனத்தளத்தில் அறிவின் அமைப்பாக நிலைகொண்டிருக்கும் வரையறைக்குட்பட்ட சுயத்தின் வேர்கள் இளவரசியின் தரிசனத்தில் ஆட்டம் கொள்ளக்கூடும். மனத்தில் பெரும் பீதியை ஏற்படுத்தவல்லது அந்தத் தரிசனம். மரண பயத்தை எதிர்கொள்ள நேரும் கணம் அது.

நானும் அவள்தான், நீங்களும் அவள்தான். அவன், அவள், அவை எல்லாம் அவள்தான். அவளைப் பற்றிய இதையெல்லாம்கூட அவளேதான் எழுதுகிறாள்.

அது சரி, யார் இவள்? யார் இந்த இளவரசி? இவை எல்லாமாகவும் எனக்கு இருக்கும் இவள் யார்? எனக்குத் தெரியாது. தினமும் நான் அவளின் இதயத்திலிருந்து எழுகிறேன். மீண்டும் அவள் இதயத்திலேயே போய் அடங்கிவிடுகிறேன். அவளில்லாமல் நான் இல்லை. ஆனால் நான் இல்லாதபோதுகூட அவள் இருக்கிறாள். இது எனக்கு எப்படித் தெரியும்? அவள்தான் இதையும் சொல்கிறாள்.

இவ்வளவு சொல்லியும் நான் எதுவும் சொல்லாததுபோல்தான் இருக்கிறது. எவ்வளவுதான் சொன்னாலும் அவளைப் பற்றி எதுவும் சொல்லி முடிக்க முடியாது என்பதுதான் உண்மை.

நான் வேறு என்ன சொல்வது?

ஆனந்த்

வாடாத மலர்

முப்பத்து மூவாயிரம் கோடி
ஆண்டுகள் நீரில்
மூழ்கித் தவமிருந்து
தலையில் ரத்தினமும் மரகதமும் பதித்த
பொன்வளையம் அணிந்து
அதிகாலை நேரம்
பெருங்கடலில் இருந்து
வெளிப்பட்டாள் இளவரசி

வலக்கையில் வாளேந்தி
இடக்கையில் பூவிரிய
பரவெளியில் ஊன்றிய காலும்
பெருவெளிக்கு அப்பால் விரியும்
தோளும் கழுத்துமாய்
அவனியெங்கும் அவள் உடலின் வாசம் வீச
நிமிர்ந்து அங்கே நின்றாள் இளவரசி

ஈரக் கூந்தல் நுனியில் ஒற்றைத் துளி
பாதரசம் தொங்கி நிற்க
பட்டப்பகலில் நிலவு
அவள் கண்ணில்
பரிதியாய் ஒளிர்ந்து நிற்க
உடலே வாத்தியமாய்க் கானம்
அவள் அப்போது
இசைக்கத் தொடங்கினாள்

தாரகைகள் மலர்ந்துதிர்ந்து
வரண்டிருந்த பூமியின்மேல்
பூக்களாய்ப் பூத்துச் சொரிந்தன

என்றும் வாடாத மலர்
வேண்டுமென்றாள்

கானகத்தின் அடர்இருளில்
களை நீக்கிக் குகை புகுந்து
முத்தலை நாகம் வென்று
ஒற்றைச் சொல் பாடல் இசைத்து
குகைக்குளத்தில் மலர்ந்து வெளிவந்த
வாடாத மலர் பறித்துக்
கதவு திறந்து
பரவெளி ஏகி
அவள் பாதத்தில் சமர்ப்பித்துப்
பூமி மீண்டதும் பொழியலாயிற்று
அந்தப் பெருமழை

♦

வந்த வழி

மணலில் வேதனை தீர்க்கும் மாயம் கற்க
நகரத்தில் வழியுண்டு என்று
நாலு பேர் சொல்லக் கேட்டுப்
புகை கிளரும் மேட்டின்மேல்
காலூன்றி மேலேறி
நகரத்தினுள் நுழைந்தாள் இளவரசி

கட்டிடங்கள் தூசுதும்பு
வண்டிகள் வாகனங்கள்
இண்டுஇடுக்குகள்
இடைவிடாத இரைச்சல்

மூச்சுத் திணறித் தன்னை
மறந்துபோனாள் இளவரசி

உள்ளிருந்து வந்தது
நினைவில் இருந்தது
வந்த வழிதான்
மறந்துபோயிருந்தது

ஓடும் வாய்க்காலில் குளித்த நினைவு
தோப்பில் இருளில் தொலைந்த நினைவு
பாடிக்கொண்டே பறந்த நினைவு
மண்ணில் புற்களில் புரண்ட நினைவு

எதிரே அரக்கன் பற்களாய் வீடுகள்
வண்டிகள் சாரை
வாய்க்கால் சாலைகள்
நகரத்தின் மையத்தை
அடைந்தாள் இளவரசி

எட்டுத் திசைகளும் சந்திக்கும் மையம்
உள்ளும் புறமும் சந்திக்கும் வாசல்
ஊருக்கும் பேருக்கும் முந்தைய வாசல்
முந்தைக்கும் பிந்தைக்கும் நடுவே வாசல்

வாசலில் வந்து நின்றாள் இளவரசி
வந்த வழி இதுவென்று அறியும் முன்னால்
மர்மம் இது என்று ஒரு உணர்வு உந்த
வாசலுக்குள் தலை நீட்டி எட்டிப் பார்த்து
இளவரசன் முகம் கண்டாள்
உண்மை கண்டாள்

வனவெளிகள் வசந்தங்கள் வண்ணப் பூக்கள்
மனமெங்கும் மலர் மலர்ந்து மணம் நிரம்பப்
பார்க்குமிடம் பேருலகாய் மாறிப் போகப்
பார்க்கும் விழி பாரெங்கும் சூழ்ந்து நிற்க
வந்த வழி இதுவென்று உணர்ந்தாள் இளவரசி

அவனைக் கண்டாள் எங்கும்
அவனையே கண்டாள்
வருமுன்னர் நடந்தவை அங்கு
விரிந்தன வாக்காய்

விரிந்திருந்தது உருக்கொண்டது
உருக்கொண்டது உயிர்கொண்டது
உயிர்கொண்டது எழுந்து ஓடலாயிற்று

பல காலம் ஓடி ஆடி
உயிர் அடங்கி
உருக் கலைந்து
கரைந்து விரிந்தது

எங்குமென எதுவுமென
எப்போதும் என
இருந்தது மறைந்தது எல்லாமும் என
இதுவும் அதுவும்
இங்கும் அங்கும்
ஒருசேர அணைக்கும்
காதலெனத் துடிக்கும்
நான் நீ என்று

பாம்புக் கதை

மீண்டும் நெருப்பில்
பாய்ந்தது பறவை

அன்றொரு நாள் படித்த காதல் கதையின்
மூளைக்கு எட்டாத கடைசி அத்தியாயத்தில்
மீண்டும் போய்ச் சிக்கிக்கொண்ட வேதனையில்
கடைசிப் பக்கங்களை எரித்துப் போட்ட நெருப்பில்
தானும் விழுந்து எரிந்து போயிற்று

மூன்றாவது உலகத்தில் இருந்து வந்த
புதுநெருப்பின் பொன்னொளிரும் புத்தொளியில்
முகிழ்த்து எழுந்தது பறவை மீண்டும்

தன் கனவில் இளவரசியா
இளவரசியின் கனவில் தானா

உள்வெளிக் குகை நடுவில்
ஒளிர்ந்த பிழம்பை எடுத்து
அவள் மலர்க்கையில் கொடுத்த பின்பு
ஊற்றெடுத்த சுனைநீரில்

கால் நனைந்து
கண் நனைந்து
நெஞ்சு நிறைந்து
காலடியில் மெல்லக் கொத்தும்
கடைசி அத்தியாயத்தின் குட்டிப் பாம்பு
ஏதோ இப்போது
கதை சொல்ல விழைகிறது

மந்திரவாதிக்குத்தான் தெரியும்
கதையின் முதலும் முடிவும்

இளவரசி பேரரசியாய்
முடிசூட்டும் நாளுக்கு முன்
கண்டுபிடித்தாக வேண்டும்
மந்திரவாதியின் குகைவீடு

♦

விதைக்குள்

விதைக்குள் ஒரு நாள்
நுழைந்தாள் இளவரசி

மரமாய் வளர்ந்து
விதை விரிந்து
பூக்கத் தொடங்கியதும்
பூவின் வாசமாய் வெளியே
வந்து பரவினாள்

வாசம் விரிந்து
அடுத்த ஊர்களைத் தாண்டிப்
பக்கத்து நாடுகளைக் கடந்து
கடல் மேவிக் கரை சேர்ந்து
அந்நிய மக்களை அடைந்து
அரண்மனை உப்பரிகையின் சாளரம் வழியாக
அறைக்குள் கட்டிலின் மேல் அமர்ந்திருந்த
இளவரசனின் நாசியில் போய்ச் சேர்ந்தது

இளவரசனின் நினைவில் பன்னெடுங்காலமாய்
உறைந்திருந்த நினைவு விழித்துக்கொண்டது
தன்னை மறந்துபோனான் இளவரசன்
மறந்துபோன நினைவுகளை
மீண்டும் அடைந்தான்

மேகங்கள் கலைந்து
வானம் விரிந்தது
இரவும் பகலும் வந்து போயின
நதியெனக் கடந்து போயின
தாரகை நிலவு சூரிய ஒளிகள்

நதிக்கரையில் அவளுடன் அமர்ந்த நினைவு
படகில் இரவில் பாடிய நினைவு
திரண்ட முகில் கூட்டம் மூடிய வானம்
திறந்த மழையில் நனைந்த நினைவு

விரிந்த நெஞ்சம் நிறைந்த நினைவு
பரந்த வானம் சூழ்ந்த நினைவு
அரைநொடிப் பொழுதில் அகிலம் முழுவதும்
திரிந்து பறந்து திரும்பிய நினைவு

பண்டைய காலம் பழகிய நினைவு
கண்களில் காதல் கனிந்த நினைவு
விண்ணொளிப் பாதையில் விழித்த நினைவு
பண்ணொலி பாரில் பரவிய நினைவு

கண்கள் கலந்து மயங்கிய நினைவு
காதல் கானம் கேட்ட நினைவு
வேதனை தீர்ந்து விடுபட்ட நினைவு
வேதப்பொருள் விரிந்து விளங்கிய நினைவு

இளவரசன் எழுந்து குதிரை ஏறினான்
காற்றை விடவும் கடுகி விரைந்தான்
காதல் வேட்கை கால்களை விரட்டத்
திசையும் தெளிவும் தெரிய விரைந்தான்

காலம் காலமாய்க் காத்திருந்த விழைவு
கண்கள் திறந்து கனிந்த கணத்தில்
நெஞ்சோடு அவளை அணைக்கும் ஆவலில்
மஞ்சம் மனத்தில் மகிழ்வுடன் தெரிந்தது

கொஞ்சம் வெட்கம் மனத்தில் தோன்ற
மஞ்சம் விட்டு எழுந்தாள் இளவரசி
கனவில் தித்தித்த காதலன் முத்தம்
கண்களுக்குள்ளே கலந்து ததும்பியது

காற்றின் கீதமும் காதலின் இன்பமும்
ஆர்வமும் வேகமும் அளவிலா வேட்கையும்
ஆற்றின் ஓட்டம் கடலில் அடங்கிட
பார்வை திறந்து பாவை விழித்தாள்

வாசமாய்ப் பரவி வந்து அடைந்ததை
வாசல் வந்து உள்ளே அழைத்ததை
நேசம் முகிழ்த்து விரிந்து கலந்ததை
ஆசை அவிழ்ந்து அணைத்து மகிழ்ந்ததை
உடலும் உள்ளமும் உருகி வழிந்ததை
அனைத்தும் மறந்து அன்பு கனிந்ததை
ஆவல் தொடங்கி ஆடி அடங்கியதை
நிழலும் ஒளியும் நிகழ்ந்து முடிந்ததை
நினைத்துப் பார்த்து நெஞ்சம் நிறைந்து
காதலன் உள்ளம் கண்டாள் இளவரசி

உள்ளே அங்கு உள்ளின் உள்ளே
ஊனும் உயிரும் ஒன்றாய்க் கலக்கும்
வானம் மறைத்த ரகசியக் குகையில்
தானும் அவனும் தனித்து இருக்கும்
தன்மையின் இனிமை உணர்ந்தாள் இளவரசி

உயிரும் உயிரும் உயிரில் கலக்கும்
உன்னதம் அறியும் உள்மனம் தன்னில்
உள்ளம் நிறைந்து பரவும் விரிவு
உள்ளையும் வெளியையும் ஒருங்கே நிறைத்தது

♠

மழை நாள்

கனவில் விழித்துக்கொண்ட இளவரசி
நனவில் விழித்துக்கொண்டதாக எண்ணி
வீட்டைவிட்டு வெளியே நடந்தாள்

மாவிலைத் தோரணம் தொங்கும்
கோவிலைத் தாண்டி நின்ற
கோட்டையின் மதில் மேல் நின்று
அடிவானக் கோட்டுக்கு
அப்பாலும் இப்பாலும்
விரிந்து நிற்கும்
அதுவும் இதுவும் கண்டு
விளையாட்டாய் விண்டு பார்க்க
வினை தீர்ந்து விழி திறந்தது

பாதைவிட்டு விலகிப் போன
முதியவனும் மூதாட்டியும்
காதல் கொண்டு
இளமை மீட்டு
நாணம் பொலியும் புன்னகையும்
கடைக்கண் வீச்சும்
இடையசையும் லாகவமும்
நெஞ்சு குழையும் அணைப்பும்

உயிர்க் குருத்தில் உறையும்
உன்னதமும் வேட்கையும்
தாபமும் தணிவும்
ஈரமும் குளிர்ச்சியும்
உறைந்த ரசமும்
உணர்ந்தாள் இளவரசி

வயதும் வாலிபமும்
முன்னும் பின்னுமாய்
ஒளியும் நிழலுமாய்
மேலும் கீழுமாய்
உள்ளும் வெளியுமாய்
இரவும் பகலும் மாறிவரும்
ஜாலம் கண்டு
இளவரசி பிரமித்தாள்

தகிக்கும் பனி
குளிர்த்தீ
நரம்பு மண்டல ஒளிச்சித்திரங்கள்
புகைபடரும் காட்சிகள் கண்டு
காத்திருந்தாள்

காத்திருந்த காலம்
கணக்கில் வராமல் போக
ஏக்கம் நிறைய
தூக்கம் கலைய
பார்க்கும் கண்களில்
பாராமுகம் தெரிய
கனவில் தான் அலைவது கண்டு
விழித்துக்கொண்டாள் இளவரசி

நனவுலகக் கட்டிலின்மேல்
நாயகனைக் கண்டவுடன்
உள்ளம் குழைந்து
உருகும் லயம் கண்டு
வெள்ளம் கரையை
உடைத்துவிடும் பயம் கொண்டு
நாயகனை இழுத்தணைத்து
நாடிவிடும் இன்பமென
மீன்கொத்தியின் கானம்
கேட்டாள் இளவரசி

இரவுப் பனியின் ஈரத்தில்
பரவிய குளிரில்
மாலை வரையில்
அருவியின் ஓசை உள்ளே இசைக்க
மறுபடி மறுபடி மறுபடி அணைக்க
நாயகன் நாதம் உருக்கும் மென்மை
பூவாய் மலர
மணமாய் நிறைய
பசுமை போர்த்திப் பாதம் குளிர்ந்திட
நடக்கும் பயணம் நடனம் ஆகிட
வானமாய் நின்று விரிந்தாள் இளவரசி

♦

மின்னும் விளக்கு

உள்ளே வரும்போது தன் கையில்
மின்னும் விளக்கோடு வந்தாள் இளவரசி
பிறந்தவுடன் அதனைப்
பழமென்று விழுங்கிவிட்டாள்

இருள் சூழ்ந்த இரவுலகில் அவளைச் சுற்றி
அவளுடனே நகர்ந்து வந்தது ஒளிவட்டம்
வட்டத்தின் மையம் அவள்
வயிற்றின் உள்ளே இருந்தது

ஒளிவட்டத்தின் எல்லைக்கு வெளியே
சுற்றியுள்ள இருளிலிருந்து
குரல்கள் கேட்டன
பயம் கொண்டாள் இளவரசி
நீ ஒரு . . .
நீ ஒரு . . .
நீ ஒரு . . .

தன் குறிப்பேட்டில் அத்தனையும்
பதிந்துகொண்டாள் இளவரசி
ஆமாம் . . . நான் ஒரு . . .
நான் ஒரு . . .
நான் ஒரு . . .

இடி இடித்தது
மின்னல் மின்னியது
இருளில் வெடித்தது
ஒரு கண வெளிச்சம்
பார்த்தது என்னவெனப்
பளிச்சென்று தெரியவில்லை

நீ பார்த்தது . . .
நீ பார்த்தது . . .
நீ பார்த்தது . . .

அதையும் எழுதிக்கொண்டாள் இளவரசி
ஆமாம் . . . நான் பார்த்தது . . .
நான் பார்த்தது . . .
நான் பார்த்தது . . .

உறுமல்கள் பிளிறல்கள்
கூவல்கள் ஓலங்கள்
கூச்சல்கள் கர்ஜனைகள்

சிரிப்பு அழுகை பயம் கோபம்
வருத்தம் வெறுப்பு அசூயை
ஆனந்தம் அகங்காரம் பொறாமை
காழ்ப்பு கொலைவெறி ஆணவம்
உடற்பசி உருகும் மனம்
உன்னதக் காதல்

அத்தனையும் தன் குறிப்பேட்டில்
பதிந்துகொண்டாள் இளவரசி
சுற்றிலும் பார்ப்பதை நிறுத்திக்கொண்டாள்
விடாமல் குறிப்பெடுத்துக்கொண்டிருந்தாள்

தன்னைச் சுற்றி உள்ள ஒளி
தன்னுடன் எப்போதும்
நகர்ந்து வருவதைக்
கவனிக்கவில்லை அவள்
இருளையே பார்த்து வந்து
கால் தடுக்கித்
தடுக்கி விழுந்தாள்

பின்னால் தொடரும் தனிமையின் நிழலைக்
கண்ணால் காணாமல் கருத்திலும் அறியாமல்
எந்த நாள்தான் இந்த இருள் விலகுமோ என்று
பன்னாளாய்க் காத்திருந்தாள் பார்மீது இளவரசி

இதயம் திறந்து வைத்துக் காத்திருந்தாள்
இன்றோ நாளையோ எனக் காத்திருந்தாள்
இருள் விலகி ஒளி விரியக் காத்திருந்தாள்
இனிய நன்னாள் வேண்டிக் காத்திருந்தாள்

இரவு கழிந்தது
இருள் கலையத் துவங்கியது
இளவரசன் வந்தான்
இளவெண்புரவி மீது
இனிய ஒளி பரவி
இதயம் மகிழ்ந்தது

கண் விழித்து மனம் விழித்துக்
காலம் அறியாமல் காதல் முகிழ்த்தது

ஒளியும் இருளும்
மாறிமாறித் தெரிந்தன
குழப்பமும் தெளிவும்
தோன்றி இருந்து மறைந்தன
நம்பிக்கையும் அவநம்பிக்கையும்
மீண்டும் மீண்டும் வந்தன
நிச்சயமும் அநிச்சயமும்
அடுத்தடுத்து வந்தன

அவ்வப்போது இளவரசனை
மறந்து தவித்தாள் இளவரசி
முதுகுக்குப் பின்னால் இளவரசன்
ஒளியாய் மறைந்து நிற்க
கண் முன்னே கவிந்த இருளில்
நெஞ்சம் கலங்கி நிலை மறந்து
நிலைகுலைந்து நிம்மதி இழந்து
நிலை தடுமாறினாள் இளவரசி

ஒளி மறந்தாள்
ஒளி கண்டது
பூப்பூவாய் உதிரும்
பொன்னொளித் தாரகைகள் கண்டது
தழைக்கும் மரம் கண்டது
தாயவளின் தண்டைக்
கால்கள் கண்டது
எல்லாம் மறக்கத் தொடங்க
நனவோ அன்றிக் கனவுதானோ என
அலைபாயும் நெஞ்சத்தோடு
வரும்போதே தன்னுடன்
வந்த ஒளி மறந்து
வந்த பின்பு வாங்கிக்கொண்ட

வடுக்களின் வலி நினைத்து
வருந்தினாள் இளவரசி

காத்திருந்தான் இளவரசன்
வருவாள் மறுபடியும்
வந்த வழி நினைவு கொண்டு
வருந்தாமல் வரவேண்டும்
வழிமீது விழிவைத்துக்
கவலையுடன் காத்திருந்தான்

புரியாமல் அவனும் சில நேரம்
புதிரென நடந்துகொண்டான்
கைநீட்டி அழைக்கும் நோக்கில்
கைப்பிடித்துத் தள்ளிவிட்டான்
ஐயோ என மனம் நொந்தான்
அவள் வரவே காத்திருந்தான்

இனிமேலும் இருள் இன்றி
இங்கே தன் வாழ்வினிக்க
இருள்வெளியின் ஆழம் கண்டு
இறுதியாய் இருள் நீக்க
இளவரசி புறப்பட்டாள்

நீள்பெரும் இருளும்
நடுவில் ஒளிவட்டமும்
நிலைத்த நிலை அறிந்தபின்
நிம்மதி தொடங்கிற்று

வட்டம் விரிந்தது
நீள்விசும்பு நிறைந்தது
கட்டம் கட்டமாகக்
காரிருள் கலைந்தது

இன்பம் நிறைந்து இதழ் விரிந்து
இதயம் திறந்து சிரித்தாள் இளவரசி
அலையலையாய் அகிலம் எங்கும்
அவள் சிரிப்பு விரிந்தது
ஆக்கிய அகிலம் நிறைந்து முடிந்ததும்
ஊக்கம் கொண்டு அகிலம் விரிந்தது
புத்தம் புதிய பாதைகள் உதித்து
நித்தம் விரியும் நிலங்கள் பிறந்தன

பச்சைக் குழந்தையின்
பால் போன்ற இனிமை திகழ
பாரொளி மின்னும் வண்ணம்
பேரொளி கண்டு நின்றாள்

மீண்டும் தன் வீடு கண்டு
மாளாத காதல் கொண்டு
வந்த வழி புரிந்துகொண்டு
சொந்த வழி இதுதான் என்னும்
சொல்லொணா மர்மம் துலங்க

எங்கிருந்தாலும் தன்
அகத்தினில் இருக்கும் வண்ணம்
மங்காத உள்ளொளியில்
மாறாத அமைதிப் படுகை
அதன் மீது சிரிப்பலைகள்
மேற்புறம் வாழ்வின் தோற்றம்
வந்துபோகும் அனுபவங்கள்
மீண்டும் தன் ஒளிவிரிந்து
ஆழம் கண்டு அற்புதம் நிறைய

அசையாத திடத்தோடு
இசைபோன்ற வாழ்க்கை வாழ

இணையிலா இளவரசி
இதயம் நிறைந்து உள்ளே
இனிமை கண்டாள்

இளவரசன் உளம் மகிழ்ந்தான்
இங்கிவள் இனிமேல் என்றும்
அலங்காத மனத்துடனே
கலங்காமல் காத்திருப்பேன்

பொங்கிவரும் கங்கைபோல்
பூத்துக் குலுங்கும் பூச்செடிபோல்
மாறாத வாசம் கொண்ட
மல்லிகைப் பசுங்கொடிபோல்
வற்றாத தேன் ஊறும்
வண்டினம் தேடும் மலர்போல்

முற்றாத இளமை பொங்க
முகிழ்த்திருக்கும் இளவரசி
இதயத்தின் ஆழ்கடலில்
உள்ளூறையும் கருவறையில்
எங்கள் உயர் இளவரசி
எந்நாளும் கனிந்துருகும்
எங்கள் நெஞ்சக் கோவிலிலே
எப்போதும் வீற்றிருந்து
எஞ்ஞான்றும் புகழ் மணக்க
எல்லையில்லா ஏற்றம் கொண்டு
அளவற்ற அகிலமெல்லாம்
அவளின் அழகுநிறை
பவளவாய் தேனூறப்
பாடல் வரப் பார்த்திருப்பேன்

வரும்போது கொண்டுவந்த
ஒளிமலர் விரிந்திடவும்
நிழலில்லா நீள்வெளியில்
நீண்டு தழைத்திடவும்
பார் அதிசயம் இதுவென்று
பார்முழுதும் மகிழ்ந்திட
பார்க்கும் அனைத்தும்
உயிர் விரிவுப்
பேரொளியில் தெரிந்திட
நெஞ்சத் தெளிவு
நீள்விசும்பாய் விரிந்திட
வஞ்சமில்லா வாழ்வெங்கள்
இளவரசி வாழ்ந்திட
வாய்மணக்க வாழ்த்திடுவோம்
வாரீர் உலகமெலாம்.

♦

வயது

பிறந்த மூன்றாவது நாள்
இளவரசியின் கனவில் வந்தது
அவள் மலர்ந்த கணம்

வாக்கு பலித்தது என
வானம் திறந்தது
காலை விரிந்து
பறவை பாடியது

இளவரசிக்கு வயது
வெளியே ஒன்று
உள்ளே பதின்மூன்று

நதியோரக் குடிசையில்
பன்னிரு ஆண்டுகள்
மறைந்து வாழ்ந்தாள் இளவரசி

கண்கள் திறந்து
கதை சொல்லி முடித்ததும்
சதுரம் வட்டமானது

சுற்றிய வட்டம் சுழலும் வேகத்தில்
பற்றிய பிடியில் பாவை அகப்பட
எங்கும் விளங்கும் மங்கல வேளையில்
பொங்கும் களிப்புடன்
நின்றாள் இளவரசி

♦

கனவில் வந்த இளவரசன்

தோழிகளுடன் கூடி விளையாடத்
தோட்டத்திற்குப் போனாள் இளவரசி

அவர்களுடன் அவள் சிரித்த சிரிப்பைக் கேட்டு
கள்ளமில்லா உள்ளத்தின் களிப்பைக் கண்டு
பிள்ளை மனம் கொண்ட அவள் கண்கள் பார்த்து
காதல் மிகும் உள்ளத்தின் கீதம் கேட்டு
கடல் தாண்டி மலை தாண்டிக் காதம் கடந்து
காற்றென அவள் கனவில் வந்தான் இளவரசன்

அவள் கனவில் அவன் வந்துபோன கதையைத்
தோழியிடம் அவள் ஒருநாள் சொல்லக் கேட்டு
அரண்டுபோன அரசன் உடன் ஆணை போட்டுத்
தனியே அவள் வெளியே எங்கும் போக வேண்டாம் – எனக்
காவல் கூட்டிக் கதவுகளை அடைத்துப் போட்டு
முதியவளை உடனிருந்து பார்க்கச் சொன்னான்

மூன்று நாள் கழித்து அவள் முகத்தைக் காண
முகமூடி அணிந்து வந்த இளவரசன்
முன்பின் அறியாத சாயல் கொண்ட
வதனத்தின் அழகு கண்டு அதிசயித்தான்

ரசம் தோய்த்த வாள் கொண்டு இரவு நேரம்
இளவேனிற் பருவத்தில் கானகத்துள்
வளர்ந்து நின்ற பாகற்கொடி அறுத்துப் போட்டு
முதுவேனிற் காலம் வரை காத்திருந்து
முளைவிட்ட புதுக் கொடியில் முகிழ்த்துவந்த
பொன்மலரின் ஒளிவிரிந்து பகலாய்க் காய
இளவரசி பொன்மலரைச் சூடிக்கொண்டாள்

பொன்மலர்தான் இளவரசி அழகை ஏற்றுப்
பொலிந்துவரும் காலைச் செங்கதிரைக் கண்டு
இருள் மாறி ஒளியான மாயம் பார்த்து
பாகல்தான் பொன்னான ஜாலம் என்னே
அதிசயம் இது அதிசயம்தான் என்று சொல்லி
அண்ட சராசரத்தை ஆண்டு வந்த
ஆதி முதலாழி விரி பாதமிது கண்டார்

கார்முகிலும் பாழ்வெளியும் கனவிதுதான் என்று
வேல்விழியால் தீது குறை நீக்கி அவள் பார்வை
காணவிழி ஆயிரம்தான் போதுமென யாரும்
சொல்ல வழி இல்லை எனும் உண்மை இதுதானே

பாரில் இவள் போல எவர் பார்த்திருக்கிறாரோ
வேரில் அறியாத வழி கண்டு உணர்வாரோ
இளவரசி போகும் வழி மேலும் தொடர்வாரோ
இன்று எனும் வாசல் வழி என்றும் நுழைவாரோ

♦

புதிர்க்கதை

மாலை வேளையின் மயங்கும் ஒளியில்
மாந்தோப்பின் மையக் குளக்கரையோரம்
இளவரசன் மடியில் இருந்து ஒருநாள்
புதிர்க்கதை ஒன்று சொன்னாள் இளவரசி

கதையின் நாயகன்
நாயகியைப் பிரிந்து
தனிமையில் வாடித்
தனக்குள் பேசுகிறான்

விரல் நீட்டி விரல் தீண்ட விழைகிறேன்
மென்மயிரிழை அளவு இடைவெளி
எட்டவில்லை அவள் விரல்நுனி

கண்களால் தீண்டினாலும்
போதுமென்று நினைக்கிறேன்
காணாமல் அவளைக்
கண்டுவிட முடியாமல்
கழிகிறது என் காலம்
தணியாத தாகத்தின் நாட்களில்
தனிமையில் தவித்தான் நாயகன்

ஒளி கொண்டு வந்தவள் – கூட
நிழல் கொண்டு வந்தாள்
ஒளி மறந்து தன் நிழலைத்
தானென்று நினைத்துவிட்டாள்

காதல்தான் காற்றென வந்து
கடந்து போகுமென்று
கணக்கறியாதவன் சொல்லிச் சென்றான்

பெண்மனம் புரியாத ஆழ்கடலென்று
சொன்னான் முத்தெடுக்கும் முதியவன்
மீன்கள் சிக்கும் வலைக்குள் என்றும்
வெளிச்சம் சிக்காது என்றாள் மூதாட்டி

மழைக்குத் தொப்பி அணிந்தவள்
மழை நின்ற பிறகும் கழற்ற மறுக்கிறாள்
ஈரம் காய்ந்த நிலத்தில்
புதுப்புல் முளைக்கும் வரைக்கும்
இருக்கட்டும் தொப்பி என்கிறாள்

சிறுவனும் சிறுமியும் விவரம் ஏதும்
அறியாமலேயே காதல் கொண்டனர்

மலைத்தொடர் கடந்து வந்த
மலரிதழ் கண்டு அந்த
மரத்தைக் காண விழையும்
மனம் கொண்டாள் மாதரசி

அன்றொரு நாள் அங்கு
ஆதவன் உதிக்கும் நேரம்
கைவளை குலுங்க
அழகு மைவிழி துடிக்க
ஒப்பிலா அவள் மேனி கண்டு

ஓங்கி நின்ற வான் சிலிர்க்க
மானவள் சாயல் கண்டு
மேகம் மழை பொழிய

ஆண்டாண்டு காலமாய்க்
காய்ந்திருந்த நீரருவி
ஆவல் மிகுந்து அவள்
அழகைக் காண்பதற்குப்
பொங்கி எழுந்து
புறப்பட்டு ஓடிவர

ஓய்விலாப் பெருநதியாய்
ஓடிவரும் மங்கையவள்
வாய் வார்த்தை சொல்லிவிட்டு
வாவென்று எனையழைக்கக்
கோலம் வரையும் கைகளில்
கோலம் கொண்ட அவள்
நீட்டிய கரங்களிடை
நீள்விசும்பு விரிந்திருக்க

காணும் அவள் கண்களுக்குள்
காலமெல்லாம் மலர்ந்திருக்கக்
கை தீண்டி மெய் தீண்டிப்
பொய் தாண்டிப் போவதற்கு
வேளைதான் வந்ததோ
வேதம்தான் பயின்றதோ

அவன் சொன்ன மொழி விரிந்து
எங்கும் நிறைவாசமெனப்
பரவி அவளை அடைந்ததும்
பார் முழுதும் நிறைந்ததும்

கார்முகில் மலர்க்கூந்தல்
கன்னியவள் மனமுருகிக்
காதல் மிகுந்து
கருவிழிகள் வட்டமிட

வடக்கில் இருந்து வந்த
வான் மேகக் கூட்டங்கள்
வெயில் மறைத்து நிழல் விரிக்கப்
பல்லக்கில் ஏறிப்
பவனி வரும் தாரகைபோல்
எங்கள் இளவரசி
இதயம் கனிந்தாள்
அகிலம் கடந்து வந்து
அழைத்தாள் அவனை

ஆகா
அந்தக் குரல் கேட்டு
அமுத மழை பொழிந்து
அறிந்ததின் எல்லைக்கோட்டிற்கு
அப்பாலும் விரிந்து நிற்கும்
ஆனந்த வெளி நிறைத்து
அங்கமெல்லாம் சிலிர்த்து
இதயம் திறந்து
இந்தப் பேரண்டம் நிறைந்துவிட

மனம் மேவும் குணம் யாவும்
சினம் தீர்ந்து போன பின்பு
மீண்டும் வழி திறந்து
மலர்க்குரலில் முகிழ்த்த ஒலி
தினம் கேட்கும் பரவசத்தின்
தீஞ்சுவையை யாரறிவார்

இளவரசி கவிதைகள்

வனம் தேடிப் போவாரோ
மாமயிலாள் நெஞ்சில் கொண்ட
இனம் தெரியாக் காதலினை
இதழூறும் தேனூற்றை
என்றாவது ஒருநாள்
அடைந்துவிடும் தாபத்தில்
இன்பம் கொண்ட நெஞ்சில்
இன்னிசை கேட்டுவர

உள்ளம் விரிந்து
உயிர் விரிந்து உலகனைத்தும்
உள்ளே கண்டு இன்பம்
உயிரூற்றில் பெருகிவரத்
தானே தரணியாய்த்
தான் ஓங்கு திரைகடலாய்த்
தனக்குள்ளே தான் விரியும்
கரையில்லாப் பெருவெளியாய்க்
காணவியலாத் தரிசனமாய்த்
தன்னுள்ளே தான் தானாய்
தடையற்று நிறைந்திருக்கும்
உள்வெளி ஏதுமற்று
உறைந்திருக்கும் பெருவிசும்பின்
காலத்தை முற்றாகத்
தனக்குள்ளே கரைத்துவிட்ட
காதல் பெருமரத்தின்
மலர் கண்டு கனி உண்டு
மாமலராள் மடியில்
மனமடங்கி ஓய்ந்திருக்கும்
அப்போதே பிறவி கொண்ட
அற்புதச் சிசு நானே

என்று அந்த நாயகன்
எழுந்திருந்து கண்டுகொண்ட
உண்மை நிலையறிந்து
ஊனுடலில் உயிர் நிற்கும்
உன்னத ரகசியத்தை
இளவரசி காதலுடன்
இளவரசனிடம் கேட்க
அவள் காதில் அவன் சொன்ன
சங்கேத வார்த்தைகளைப்
புதிர் திறந்த அம்பலத்தைக்
கேட்டுக் கதை முடிந்து
மெய் சேர்த்துக் கண்ணயர்ந்து
மீண்டும் விழிக்கும்
மெய்யான கதை இதுவே

♦

காத்திருந்த காலம்

காத்திருந்த காலம் கனிந்து
கண்விழிக்கும் கணம் வந்து
பால் வெள்ளை மலர் போல
மலர்ந்தெழுந்தாள் இளவரசி

உள்ளொளியில் உயிர் கொண்டாள்
உடனிருக்கும் உடல் கண்டாள்
உலகத்தில் வாழ்ந்திருக்க
உயிர் பரவி ஒளி கண்டாள்

உடல் நீரா உயிர் நீரா
உடல் அசைக்கும் உயிர் கடந்து
உள்விரியும் உளம் நீரா
கடல் அசைக்கும் கதிர் உந்தன்
காதல் ஒளிப் புதுமலரா

நீர் அசைக்கும் நிழல் போலப்
பார் அசைக்கும் பரிதி முதல்
கார் இசைக்கும் கானமதில்
வேர் மயக்கும் காதல் மது

அந்தந்தக் காலத்தில்
அந்தந்த நேரத்தில்
அந்தந்த அனுபவத்தில்
அந்தந்த இசை கேட்டு
இந்தக் கணம் இப்போது
இதுதான் உண்மையெனப்
பாரென்று எனக்கு அதைக்
காட்டினாள் இளவரசி

இளவரசி சரணடைந்தேன்
இதயத்தைச் சமர்ப்பித்தேன்
இதற்கும் அதற்கும் இடையில்
எதுவுமில்லை என்று உன்னால்
அறிந்துகொண்டேன் நான் இன்று
அகமகிழ்ந்தேன் இப்போது

பரிதி முதல் பயிர்கள் வரை
உனதருள்தான் என்னும் அந்த
உண்மையை நான் கண்டுகொண்டேன்
உன்னருளில் நானும்
உயிர்கலந்து நின்றுகொண்டேன்

உனதானேன் எனதானாய்
மனதாழம் காண
முடியாத பேரழகாய்
உனதாழம் எனதாழம்
என்று இனி இல்லாமல்
உயிராழம் கண்டுவிட
உரைத்திடுவாய் உன்னருளை

♦

தூங்கும் இளவரசி

இங்கே அயர்ந்து
தூங்கிக்கொண்டிருந்தாள் இளவரசி
விழிப்பு மட்டும் அங்கே
அவளுக்குள் விழித்துக்கொண்டது
தன்னை உணரத்
தொடங்கியது விழிப்பு

சக்தியின் விரிவெனத்
தன்னை உணர்ந்தது விழிப்பு
எங்கும் சக்தியைக் கண்டாள்
தன்னையே கண்டாள்

மனத்தினுள் நுழைந்தது விழிப்பு
தூக்கத்தின் ஆழத்தில்
தோய்ந்திருந்த இளவரசி
சட்டென விழித்துக்கொண்டாள்

எண்ணமெனத் தன்னை அறிந்துகொண்டாள்
ஆனால் சக்தியெனத் தன்னை உணர்ந்ததை
அப்போது மறந்துபோனாள்
எங்கும் எண்ணங்களையே பார்த்தாள்

உடலினுள் விழிப்பு விரிய
உடலெனத் தன்னை
அவள் தெரிந்துகொண்டாள்

தனி மனுஷியெனக் கருதிக்கொண்டாள்
எங்கும் உடல்களைக் கண்டாள்
மனிதர்களைக் கண்டாள்

உறவின் வலை விரிந்தது
உள்ளும் புறமும் பிரிந்தது
வலியும் பயமும் எழுந்தது
வாழ்வில் சிக்கல் நிறைந்தது

ககன வெளி – அடர்ந்த இருள்
கானகமாய்ப் பரவியது
பாடல் திரிந்து – காய்ந்த வெறும்
பாலையாய் விரிந்தது

மூடி வைத்த பேழையினுள்
பாடி வைத்த பாடலென
உள்ளுறைந்து போனாள்
உலகாளும் இளவரசி

பிறர் சார்ந்து தான் வாழும்
பிணை வாழ்க்கை வாழ்ந்திருக்கும்
பித்து மகள் இளவரசி
பேரின்பம் மறந்துவிட்டாள்

ஒத்துப் போக முடியாமல்
ஒதுங்கி வாழ முடியாமல்
உள்ளேயும் வெளியேயும்
ஊசலாடும் உயிரோட்டம்

ஊனுடலில் வேதனை
உள்ளுருக்கும் வாதனை
பேய் மனத்தில் கவிந்திருக்கும்
வழி தெரியாச் சோதனை

இருள்வெளியில் இளவரசி
இங்குமங்கும் அலைந்திருந்து
மருள் கவியத் தெளிவிழக்க
மன்றம் வெகுதூரம்

இளவரசன் யாழ் மீட்ட
இசையிழைகள் நீண்டு வந்து
இளவரசி செவி புகுந்து
இன்ப வழி தாள் திறக்க

இளவரசி விழித்தெழுந்தாள்
இதயமொழி அவள் பயின்றாள்
பவள இதழ் திறந்து அவள்
பாசுரம்தான் பொழிந்தாள்

பொங்குதிரைச் சங்கொலிக்க
முத்துமலை வெளியெழும்ப
எங்கு அவன் கற்ற இசை
இங்கு வந்து கேட்குதடா

கன்னி எந்தன் காதினுள்ளே
காதல் இசை கனிந்து வர
உன்னி உன்னி நான் என்றும்
கூதலில் உனை அணைக்க

வா இங்கே வா என்று
நீ அழைக்கும் உந்தன் குரல்
நான் இனிமேல் கேட்கும் வரை
நானிலத்தில் காத்திருப்பேன்

என்று அவள் சொன்ன மொழி
மன்றத்தில் காத்திருக்கும்
இளவரசன் இதயமதில்

அக்கணமே சென்று தீண்ட
அவன் உடனே நில்லாமல்
காலத்தின் இழை பிடித்துக்
காதல் நெஞ்சம் மேலேறி
மோனக் குரல் தன்னில்
கானம் இசைத்து வர

கானம் இரண்டும் அங்கு
காதல் பயின்று வந்து
உடன் கண்விழி திறந்து
மனம் கணப்பொழுதில் கனிந்துவிட

பாவாய் பெண் பாவாய்
ஆகா உனை நினைத்து
ஏங்கி நின்ற காலமெலாம்
ஏந்திழை நீ எங்கிருந்தாய்

பள்ளம் மேடு பாராமல்
பாதை ஏதும் தெரியாமல்
பார் முழுதும் தேடி வந்தேன்
பால் வடியும் உன் முகத்தை

மூடி வைத்த மன ஆழம்
பாடி வைத்த உயிர் மூச்சு
நானும் உனை நாடி
நாலும் அறிய வந்தேன்

மெத்தென்ற பூச்செண்டாய்
மெல்ல இடை வளைத்து
நெஞ்சார நான் தழுவி
நேரிழையாள் உனை அணைத்தேன்

நாம் சேரும் நாள் வரைக்கும்
கார் பார்த்த மயில் போலக்

இளவரசி கவிதைகள்

காதலை நெஞ்சில் வைத்துக்
காத்திருப்பேன் கண்மணியே

இளவரசன் இளவரசி
துயில் கலைந்து ஒயில் சேர்த்து
உயிர்கலக்கும் நேரத்தில்
உள்ளிருந்து எழுந்த இசை
உலகெங்கும் எதிரொலித்து
அகண்ட வெளி திறந்து
அலகிலா அருள் கூடி
அன்பே அறிவே
ஆருயிரே அருமருந்தே
அகிலமெலாம் நிறைந்த
ஆழவெளிப் பேரழகே

நீராழத் தவத்தில்
மூழ்கி நிலைத்திருந்த
நீவிர் இருவரும்
நதி இரண்டு சேர்வதுபோல்
உடலும் மனமும் கூடி
உயிர் கூடிக் கலந்திடவே

உள்ளிருந்து ஒளிமயமாய்ப்
புத்துயிர் ஒன்று தோன்றிப்
புத்தம் புதுச் சிசுவாய்ப்
புத்துலகின் பேரொளியாய்ப்
புனர்வாழ்வு தொடங்கும்
புதுநிலத்தில் வேர்கொள்ளும்

♦

நீலமலரோசை

நீலமலரோசை கேட்டு விழித்தாள் இளவரசி
மலரிதழ்கள் மாணிக்கமான பின்பு
வண்ணத்துப் பூச்சிகள் மொய்க்கத் தொடங்கின
விழித்தெழுந்த இளவரசியின் கண்களைக் கண்டு
காதல் கொண்டன கலைமான்கள்

வேறெவரும் இல்லாத நேரம் பார்த்து
நிலவை மேகம் மறைத்திருக்கும்போது
ஆற்றங்கரை அரசமரத்தடியில் சந்திக்கலாம்
என்று அவளை அழைத்தன கலைமான்கள்

காலை விடிந்ததும்
வண்ணத்துப் பூச்சிகளைக்
கேட்டுச் சொல்வதாய்ச்
சொன்னாள் இளவரசி

கண்விழித்துக் காத்திருந்தன
காலைவரை கலைமான்கள்
ஆற்றின் வேகம்
அதிகரிக்கத் தொடங்கியது

பூவிரியும் நேரமதில் பொன்னொளிரும் தாரகைகள்
வான் விரிந்து தான் மலரும் நீலமலர்ப் பொழிலினிலே
தேன் கசியும் பால் நிலவில் தாமரைப்பூதான் ஒளிர
ஆநிரைகள் பால் மடியில் தான் கசியும் அமுதமது

மூடிவைத்த பாற்கடலில் முத்தொளிரும் வேளை
பாடிவைத்த பசும்பொன்னில் வார்த்தெடுத்த முத்து
தேடிவந்த நாளிலெல்லாம் கிடைக்காத வேதம்
இளவரசி கண்விழியில் பார்த்தெடுத்த பார்வை

வெண்புரவி மீதேறி
வேகத்தின் வேகமாய்
வெண்ணிலவின் ஒளி பிடித்து
விரைந்து வந்தான் இளவரசன்

காற்றின் சிறு கீற்றிடையே
புகுந்து அவன் வந்தான்
காலமெனும் கரிய நதிக்
கரையோரம் வந்தான்

களிறு அவன் வழியில் வர
கையால் அதை ஒதுக்கிக்
கண்வீச்சில் காதம்
நகர் வேகத்தில் வந்தான்

பால்வீதி ஏகிப்
பாழ்வெளியைக் கடந்து
ஆல் நிழலில் கால் பரவ சிறு நேரம் நின்றான்

ஆவியுருக் கொண்டான்
வாவிதனைக் கண்டான்
ஆழமதில் அமிழ்ந்திருக்கும் வேல்விழியைக் கண்டான்

இளவரசி வந்தாள்
இனிமை தரும் இந்நாள்
இளவரசன் கரம் பற்ற இதயமது கொண்டாள்

இளவரசன் நின்றான்
இளவரசி கண்டான்
இதழோரம் நகை பொலியும் இளவயது நங்கை

பரிதியது போலே
பாரின்மிசை எங்கும்
ஒளி பரவ ஒலி விரிய மணம் பெருக நின்றாள்

மேலும் இனிதெங்கே
கண்வளர அங்கே
மான்கள் வந்து காத்திருக்கும் ஆற்றங்கரை எங்கே

ஆறு புரண்டோடி வரும் வெள்ளமதில் யாரும்
பேறு பெற வாய்த்திருக்கும் வேளை இதுதானோ

வேறு என்ன வேண்டும்
வேய்ங்குழலின் நாதம்
தாங்கி வரும் வானவெளித் தன்மை இதுதானோ

பாழும் இனிதாமோ
ஆழும் இனிதாமோ
நீளும் விழி இளவரசி இதழும் இனிதாமோ
கார்குழலி ஆழமிகு காதல் இனிதாமோ

சுவைத்திட வேண்டாமோ – இதழ்
இனித்திட வேண்டாமோ – அவள்
கிடைத்திட வேண்டாமோ – கரம்
பிடித்திட வேண்டாமோ – தனி
இடத்தில் அவளோடு – சுகம்
பயின்றிட வேண்டாமோ

மலைமேல் தீபங்கள்

மலைமீது ஏறி – மேலான
தீபங்கள் ஐந்து ஏற்றி
இளவரசி வரவை அங்கே
எதிர்பார்த்துக் கண்விழித்து
இளமையுடன் அங்கே
காத்திருந்தான் இளவரசன்

ஆற்றங்கரையில் தொடங்கி
பன்னிரண்டு ஆண்டுகள்
சற்றேனும் நில்லாமல்
ஆற்றோடு பயணம் செய்து
மலையடிவாரம் வந்துசேர்ந்தாள் இளவரசி

சிகரம் வெகு தூரம்
மலையேறும் நேரம்
வழியில் ஆங்காங்கே
மனமொத்தபோது
மூலிகைகள் சில பறித்துச்
சேகரித்தாள் இளவரசி

இரவெல்லாம் மலையேறி
விடியும் புதுநேரம்
மலையுச்சிதனை அங்கு
மங்கையவள் வந்தடைந்தாள்

இளங்கதிர் வெளிவந்து
இந்நாள் இந்நேரம்
இனிமைநிறை வேளை
இதுதான் என்றுரைக்க
இளவரசன் கரம் கோத்தாள்
இழுத்தணைத்து முத்தமிட்டாள்

பச்சிலைச் சாறு பிழிந்து
ரசத்துடன் சேர்த்துக் காய்ச்சி
ரசத்தை இறுக்கினாள் இளவரசி
இறுகிய ரசத்தை உதரத்தில் வைத்து
பத்து மாதம் காத்திருந்தாள்
பாலகன் பிறந்தான் முதல் முறையாக

பயிற்றுவித்த பாடங்கள் படலங்களாய் விரிய
பதித்து வைத்த முத்துக்கள் பனிநீராய்க் குளிர
மோகமும் வேகமும் ஒன்றுகூடித் தணிய
மாவிலைகள் கோத்த காவல் மரம் சாட்சி நிற்கக்
கைகோத்து நின்றனர் இளவரசனும் இளவரசியும்

மழையும் வெயிலும் மந்தாரமும் நிரம்பிப்
பழைய கோவிலில் பால் வெண்ணெய் பொழிய
மறைந்து மறைக்கும் நிலவின் மறுபக்கம்
மேகங்கள் கூடும் மலைமுகட்டுத் தாமரைக் குளத்தில்
ராகங்கள் தேடும் பல்லவியும்
துணைக்கு அனுபல்லவியும்

பின் தொடரும் ஏழு சரணங்களும்
மௌனமாய்க் காத்திருக்கப்
பூமிக் கிரகணம் முடிந்த கணம்
தேவர் கூட்டம் சுற்றி நின்று
முதுகு காட்டி மறைத்து நிற்கக்
கூடினர் அங்கே
இளவரசனும் இளவரசியும்

நிலவு மலைச் சிகரம் எரிமலையாக
வாய் திறந்து வெடித்துச் சிதறி
மலைச் சரிவில் ஓடி வழிய
மக்கள் காலி செய்துவிட்ட
கிராமங்களை அழித்துவிட
ஒரு சில நூற்றாண்டுகள் கழித்து
கண்விழித்த இளவரசனும் இளவரசியும்
கடைசியாய்க் கட்டியணைத்து
முத்தமிட்டுப் பிரியப்
பாலகன் பிறந்தான் இரண்டாம் முறையாக

பாலகன் பிறந்த பதினேழு நாட்களில்
பட்டம் கட்டிப் பறை சாற்றிப் பெயர் வைத்து
ஊர் கூட்டி உள்ளம் மகிழ்ந்து
கள்ளம் கடந்த புது உள்ளம் இதுதான் என்று
ஊனுடல் கடந்த உவகையின் ஊற்று
பாடல் விரியும் பல்வகைப் பண்களில்
மோகம் முடித்து முலைப்பால் குடித்து
தேகம் தெவிட்டும் தீஞ்சுவைத் தாலாட்டில்
வானம் மறந்து வழியும் மறந்து
கானம் கரைய கார்முகில் பொழிய
கானகம் ஏகிய வானரம் எல்லாம்

இளவரசி கவிதைகள்

காதலின் ஊற்றுக் கண்வழி புகுந்து
நெஞ்சை உருக்கி நீராய் மாற்றிக்
கண்கள் திறந்து கானகம் விட்டு
வானகம் திறக்க வழியது கண்டு
மோகனப் பொய்கை மொய்குழல் நனைக்க
நிலவில் சேர்ந்த இளவரசனும் இளவரசியும்
கதிரவன் காட்டில் கண்விழித்தெழுந்தனர்

புதுப் புதுப் பாதையில் புன்னகை விரிய
உடலும் உயிரும் உள்ளமும் நிறைய
விடை கிடைத்து மடை திறந்து
புனல் விரியும் பாதையில் புதைந்து கிடந்த
அனல் பூக்கள் நனைந்து அணைந்து போக
வினை தீர வீரர்களும் வீடுபோய்ச் சேர்ந்தனர்

குலவி மகிழும் கூடலும் ஊடலும்
பலவிதப் பேச்சும் பாடலும் ஆடலும்
கலவி முகிழும் மலர்க்கணை மாந்தர்
உலவும் வழியில் உதிர்வது கண்டு
காதலும் காமமும் கவின்மிகு பருவமும்
மேகம் சூழும் மாலை நேரம்
துய்க்கும் இன்பம் தொடர்வது கண்டு
மொய்க்கும் வண்டினம் மொழியிழந்து அமர
பொய்க்காத பொழுது இதோ
புலர்ந்தது கண்டீர்

♦

கடைத்தெரு

கால்போன போக்கில் ஒருநாள்
கடைத்தெருவில் நுழைந்தான் இளவரசன்
துணிமணிகள் நகைகள்
எழுதுபொருள் கடைகள்
புத்தகங்கள் பாத்திரங்கள்
பத்திரங்கள் மளிகை
அனைத்தும் விற்கும் கடைகள்
எல்லாம் அங்கே இருந்தன

ஒவ்வொரு கடையாய்ப் பார்த்துவிட்டு
ஒன்றும் மனத்தைக் கவராமல்
எந்தக் கடைக்குள்ளும் நுழையாது
கடந்துபோனான் இளவரசன்

பழங்கால நாணயங்கள்
வெண்கலத்தில் சிலைகள்
ஓவியங்கள் மரப்பாச்சி
கைவினைப் பொருள் பலவும்
சோழி சிப்பி கிளிஞ்சல்
ஏட்டுச் சுவடி கல்வெட்டு
பழைமை முழுதும் அங்கே
திறந்து பரப்பி விரித்து
இத்தனையும் விற்கும் அந்தக்
கடைக்குள் நுழைந்தான் இளவரசன்

பல நூற்றாண்டுகளுக்கு முன்பிருந்து வந்ததுபோல்
முதியவர் ஒருவர் வந்தார் உள்ளிருந்து
அவரோடு உடன் வந்தாள்
அழகான சிறுமியொருத்தி

அயல்மொழி பேசினார் அவர்
மொழிபெயர்த்தாள் சிறுமி

    எந்த நூற்றாண்டிலிருந்து வருகிறீர்கள்?
        இரண்டாம் நூற்றண்டு
    எந்தக் கிரகத்திலிருந்து வருகிறீர்கள்?
        பன்னிரண்டாம் கிரகம் – பாரோ
    எந்த நட்சத்திர மண்டலத்துக்குப் போக விழைகிறீர்கள்?
        மண்டல எண் 23235 – பிண்டலா
    யார் உங்களுக்குத் துணை இருக்கிறார்கள்?
        சினேகிதி தீரா இருக்கிறாள்
    உங்கள் உணவுப் பழக்கம் என்ன?
        கடற்பாசி தாமரை இதழ்கள் சுனைநீர்
    சரி இங்கிருந்து உங்களுக்கு என்ன வேண்டும்?
        மூன்று பேர் அமரும் காலக் கப்பல்
    எதற்கு மூன்று பேர்?
        நான் தீரா மற்றும் புதியவன்
    யார் அது புதியவன்?
        வழியில் உருவாகப் போகிறவன்
    எப்படி?
        எனக்குத் தீராவின் பரிசு
    வேறு என்ன வேண்டும்?
        தீராவுக்கு நான் ஒரு பரிசு தர வேண்டும்
    என்ன வேண்டும்?
        ஒரு கிரீடம் – என் இளவரசி அவள்
    எவ்வாறான கிரீடம்?
        ஆறு மரகதம் நான்கு நீலக்கல் ஒரு ரத்தினம் பதித்தது

அடுத்து வந்த இரண்டு கேள்விகளை
மொழிபெயர்க்க முடியாது
சொற்களில்லை அதற்கு என்று
சொல்லிவிட்டாள் சிறுமி

முதியவர் இளவரசன் தலைமீது
கை வைத்து ஆசீர்வதித்தார்
சிறுமி புன்னகைத்தாள்
இளவரசனுக்கு மலர் ஒன்று தந்தாள்
இளவரசன் அவளை
நெஞ்சோடு அணைத்துக்கொண்டான்

சிறுமி உடனே வளர்ந்து தீராவானாள்
முதியவர் காலக் கப்பல் உருக்கொண்டார்

கடைத்தெரு மறைந்தது
காலக் கப்பல் கிளம்பியது

கணக்கிலாக் காலவெளியில்
கண்ணிமைக்கும் கணப்பொழுதில்
கனியிதழ்கள் ஒன்றுசேர
பண்ணிசைத்துப் பரவெளியில்
விண்விரியக் கண்விரிய

புத்துயிர் திறந்தது
புதியவன் பிறந்தான்
புதிய அகிலம் காணப்
புயல்கொண்ட வேகத்தில்
புத்தம் புதிய திசையில்
காலக் கப்பல் பாய்ந்தது
கண்ணும் கருத்தும் நிறைந்தது

♦

பகலிலும் இரவிலும்

பகலிலும் இரவிலும்
ஒரே நேரத்தில்
இருப்பேன் என்றாள் இளவரசி

அதிகாலையில் ஒரு காலும்
அந்தி நேரத்தில் மறு காலும்
உள்ளம் விரிய உயிர் விரிய
ஊன்றி நிற்கும் கன்னியவள்

கண்களிலே சிறு நாணம் கசிந்து நிற்கக்
காதல் விழி இமைகளுக்குள் கனிந்திருக்கக்
கண்ணோடை விண்ணோடை காமன் அம்பு
கண்ட கணம் விண்ணறிய விரிந்த சாயல்

பார்ப்பவர்தான் பால்வீதி பரிதி என்று
பலவிதமாய்க் கூடிப் பேசி நிற்க
நீத்தார் உறை நீள்விசும்பின் ஆழம்தன்னில்
நீந்துகின்ற கானகத்துக் குளத்தின் நடுவில்
மலர்ந்து நிற்கும் கொய்ய முடியாக் குவளை மலரின்
மையத்தில் தலைநீட்டும் மகரந்தத்தில்
சிரித்து நிற்கும் சிறுமியவள் சின்னக் கையில்
விரிந்து நிற்கும் தாமரையின் இதழ்கள் எல்லாம்
மலர்ந்து பெருகிக் கமழும் மங்கை மணமும்
அணைத்த கணம் அன்பு மனம் அகமும் தோய
அணைத்த கை அணைத்தபடி அகத்துள் சென்றாள்

அகவெளிதான் விரியத் திறந்து அங்கே
வரையற்ற பெருவெளியின் ஆழம்தன்னில்
விழியறியாக் காதல் மணம் மலர்ந்து பெருக
மொழியறியாக் கவிதை என முகிழ்த்திருக்க
மாமலராள் கன்னியவள் மனம் மகிழ்ந்தாள்

தன்னுலகம் இதுவென்று கருத்தில் கொண்டு
சிறகுகளை விரித்து அவள் பறந்து வந்து
கடிமணம் புரிய வந்த இளவரசனுடன்
கடிது சேர்ந்து அகம் குளிர வேட்கை கொண்டாள்

இளவரசன் கைவிரித்து அணைத்துக்கொண்டான்
இளவரசி உளம் குழைய உருகி நின்றாள்
உடல் கலந்து உளம் கலந்து உயிர் கலந்தார்
கடல் கண்ட காவிரிபோல் ஒன்று சேர்ந்தார்

காதல்மிகு கண்கள் ஒளிர்காவியங்கள் என்றும்
போதமிது வேதமவள் வார்த்தை ஒவ்வொன்றும்
அழகு அவள் முகம் மலரும் வேளை எப்போதும்
பழகவரும் பருகவிடும் பனிமலர் அவள் இதழும்

மேகங்கள் மிதந்து வரும் நீராழம் கண்டு
ராகங்கள் கூடி வரும் உள்ளாழம் காணக்
காலை விடிய ஒரு புது உலகம் பிறக்கக்
கனவுமொழி பயின்று அங்கு
கண்மலர்ந்தாள் இளவரசி

வாடாத விடியல் அவள் பயிலாத பாடல்
அகலாத முறுவல் என்றும் அழியாத கானம்
பகலேனும் இரவேனும் பனியின் குளிர் கொண்டு
சிலபோது இளவரசன் சிந்தனையின் ஆழம்
கணமேனும் காதம் வரை போய்வந்த தூரம்
மனமென்னும் கண்ணாடி காட்டிவரும் மாயம்
இங்கு இது இப்போது எங்கு அது முடியும்

இளவரசி என்னும்
இனிய மயில் கண்டு
இளவரசன் மனம் மகிழும் நேரம் இது காண்பீர்
கனவிலிது கண்டுணரும் காவியங்கள்போல
நனவுமனக் கோப்பை இங்கு நிரம்புவது பாரீர்

காலம் தன்னை வளைத்துக்
கனவும் இங்கு நனவும்
கணமதில்தான் விரியும் என்று
கவிபொழியும் நேரம்

காதல் மனம் களிவிரியக் கட்டவிழும் வேளை
போதம்மிகு வேல்விழிகள் கண்திறந்து மூடும்

மீதம் விடுவேனோ
பாதமலர் கனியும்
ஜாதிமலர்தான் அவளின் பண்பு என்று அறியும்
வேதம் பயில்வாரோ
மேதினியில் யாரும்

கண்மூடிக் கண்திறக்கும் நேரத்தில் இங்கு
விண்ணுயரக் கோபுரம் வளர்ந்து நிற்கும் வாசல்
படி கடந்து உள் புகுந்து இருளில் ஒளி கண்டு
பயிலாத பாடல் இசை பயில வருவாரோ

♦

மயிலிறகு

மயிலிறகு வேண்டும் என்று
மன்னனிடம் வந்து
மயங்கும் குரலில்
கேட்டாள் இளவரசி

நிற்காமல் ஓடும் சிறுவனை அழைத்து
ஆசைமகள் கேட்ட மயிலிறகு ஒன்றை
இப்போதே போய்க் கொண்டுவா என்று
அப்போதே ஆணை பிறப்பித்தான் மன்னன்

மழை பெய்து ஓய்ந்த பின்தான்
மயிலிறகு கிடைக்கும் என்று
பூசாரி சொன்னதாகச்
சிறுவன் சொன்னான்

மறுநாள் மாலை நேரம்
பூசாரி பெண்வேடம் பூண்டு
தப்பித்துப் போய்விட்ட தகவல் கேட்டு
மை போட்டுப் பார்த்து
பூசாரி பொன்வண்டின் மீதேறி மேற்கே
புறப்பட்டுப் போனதைச்
சொன்னான் சோதிடன்

கார்முகில் கவிந்திறங்கி நகர்ந்த வேளை
மயிலொன்று தோகை விரித்து
ஆடத் துவங்கிற்று

மழை வரும் சாயல் கண்டு – இளவரசி
கண்களில் களிப்பேற
மயிலிறகு கிடைக்கப்போகும்
மகிழ்ச்சியில் மனம் நிறைய
மலையிலிருந்து அருவி
மாமலராய்ச் சொரிய
இது இது இதுவே
இதுவே இது என மழை
தூற்றலாய்த் தொடங்கிற்று

♦

நீர் தேடி

நீர் தேடி மண்ணைக் கையால்
தோண்டத் தொடங்கினான் இளவரசன்
நிழல் கலைந்து
நிலம் திறந்தது

மலர் வந்தது
மலர் கொண்ட மரம் வந்தது
மரம் தாங்கிய வேர் வந்தது

வேருக்குப் பின் வெளிச்சமென
வெள்ளை உடை உடுத்தி
வெளியே வந்தாள் இளவரசி

வீணை மீட்டினாள்
புதுராகம் இசைத்தாள்
கனல் கொண்டு விழித்து
எழுந்தது நெஞ்சம்

ஆயிரம் கோடி மாந்தர் எழுந்தார் அகத்தில்
அன்புவழிப் பாதையில் அனைவரும் நகர்ந்தார்

அன்பின் வழி அபாயம் நிறைந்தது
அழிவும் உண்டு அழிந்து எழுதலும் உண்டு

தாகமும் காதலும் கொண்டு
சூல்கொண்டது மேகம்
பால்வெண்ணிதயம் பாரை நிறைத்தது
காவல் பயின்ற கண்கள் காண விரைந்தன

நதி வேகமெடுத்து ஓடத் தொடங்கியது
கிணறுகள் நிரம்பி வழிந்தன
தவளைகள் வெளியே தப்பித்து ஓடி
நாட்டு வளப்பம் அறிந்து தெளிந்தன

நட்சத்திரங்களைக் கோடு போட்டு
இணைத்தான் இளவரசன்

அழகிய கன்னியும் ஆடுகளும் மரங்களும்
மரக்கலங்களும் தேர்களும் வீரர்களும்
பாயும் மான்களும் சீறும் சிங்கமும்
வானகமெங்கும் உயிர்கொண்டு எழுந்தன

பாடல் கேட்டுப் பயிர் வளர்த்துப்
பள்ளி சென்று பாடம் பயின்று
நாட்கள் எண்ணி நதி சேரும் இடமறிந்து
ஆவலினால் கண் திறந்து உண்மை கண்டான்

அரைக்கணத்தில் கண்டது அனைத்தும்
அடியோடு மறந்துபோக
அனைத்தும் மடிந்து அகவெளி ஆயிற்று
வாழ்நாள் முழுவதும் ஒவ்வோர் அடியாய்ப்

ஆனந்த்

பாழ்வெளி திறந்து பாதை தெரிந்து
பகலாய் இரவாய்ப் பார்க்கும் அனுபவம்
புதிய கனவாய்ப் பிறந்து விரிந்தது

கண்டவர் மொழிந்திலர்
மொழிந்தவர் அறிந்திலர்
அறிந்த அறிவை அறியும் அறிவு
அடைந்த பிறகு அமைதி நிறைந்தது
அதுவே தானென அறிந்து தெளிந்து
அமைதியில் அங்கே அடங்கினான் இளவரசன்

பன்னாள் கழித்துப் பாவலர் அங்கு அதன்
மகிமை அறிந்து மகிழ்ந்துபோய் எங்கெங்கும்
காணாது கண்ட பேருருவாய்ப் பெருவிளக்காய்
வானாக நீண்ட வெளி தானாக நின்ற வழி
தாயுமாய்த் தந்தையுமாய் ஆதரவு பெருகிவரும்
பால்வீதி போன்ற பிற பால்வெளிகள் கண்ட பின்னர்
நில்லாது விரியும் நீள்விசும்பின் மோனத்தில்
கல்லாத கலவியும் காதலின் தேன்மொழியும்
அறியாத ஆழமும் ஆவலின் பெருவீச்சும்
தாமரைப் பாதம் காணத் தணியாத தாகம் கொள்ள
ஆயிழை தன் கடைக்கண்ணால் ஆமென்று உரைத்திட்டாள்

மாமயிலாள் தோகை விரி கூந்தலிசை பயின்றிடவும்
பழகுமவள் பவள இதழ் பருகி மகிழ்ந்திடவும்
மங்கையவள் திருமேனி பொங்கிவரும் குழைமார்பும்
நெருங்கிவரும் நேரத்தில் நெகிழ்ந்துருகும் சிற்றிடையும்
பெருங்கனவு போல் அசையும் மருங்கிசைக்கும் மத்தளமும்
அவள் வாசம் அமுதச் சுவை அணங்கு திகழ் அற்புதமும்
அழகு இவள் அழகு என அகம் நிறைய மயங்குவதும்
அலைமீது அலைபாயும் அவளிதயம் கொண்டுவரத்

தலைமீது கால் வைத்துத் தரணியெங்கும் தேடிவரக்
கனல் காயும் வெப்பத்தைக் கடிது வந்து குளிரவைக்கும்
புனல் பாயும் பொன்னகரம் போற்றி இசைத்திடவும்
மனம் நிறைக்கும் காதல் அது உளம் மயக்கும் கானம்

நீராழி மண்டபத்தின் நடுவே அமர்ந்திருக்கும்
பாலாழி அரசோச்சும் இளவரசி இதயமதில்
பாகாய் உருகிவரும் பாவையவள் அன்பு உளப்
பேராற்றின் பாதைவழி பயிலவரும் மெல்லோசை

தேன்கசியும் மெல்லியலாள் செவ்விதழின் தீஞ்சுவைதான்
வாயார வாழ்த்துமவள் வேய்ங்குழலின் நாதமதில்
தான் தேடும் பாடல் வரி திகழ்ந்திலங்கும் அதிசயம்காண்
கான் நிறைக்கும் மோனம் வழி தான் நிரம்பும் கானம்

வானுயரும் மலைமீதில் முகில் அசையும் கூட்டம்
ஒயில் அசையும் இடையசைய இறங்கிவரும் இளவரசி
கண்ணசைக்க அவள் விழியில் பயிலவரும் மான்கள்
கனவில் வரும் காற்றெனவே கடிதுவரும் வேளை
கிளைவிரியும் மரங்களிடை தெளித்துவிட்ட வானம்
கார்குழலாள் மையல்நிறை கண்கள் அதிமயக்கம்

ஒளி வீசும் இளவரசி மெய்யணைக்க ஏங்கும்
இளவரசன் கைகள் பரிதவிக்கும் வேளை
புலனரசி தான் என்று சொன்ன அவள் வார்த்தை
மணம் பரவ நின்ற அவள் புகழ் முழக்கம் கேளீர்.

🝀

தாலாட்டு

மலரிதழ்கள் சந்தித்துப் பிரியும்
மையக் கருவறையில்
முதல் முறை நுழைந்தபோது
உன்னை நான் கண்டேன்

மரத்தின் பின்புறம் ஒளிந்திருந்தாய்
உன் மெல்லிய கானம்
மட்டும் கேட்டது
அது ஒரு தாலாட்டு

இங்கு தூங்கிப் போய்
அங்கு விழித்துக்கொண்டேன்
அங்கும் நீ இருந்தாய்
பரிசுத்தம் என்பதை அறிந்துகொண்டேன்
பால்மணம் என்பதையும்

நீ சூடியிருந்த மலரின் வாசம்
எனக்குப் பழக்கப்படாததாக இருந்தது
உன் மொழியும்கூட

மெல்ல உன் மொழியைப்
பயின்று வருகிறேன்

அந்த வாசலை அடைந்து
ஒருபுறம் நானும்
மறுபுறம் நீயும்
நின்று
சந்திக்கும் அந்த நாளுக்காகக்
காத்திருக்கிறேன்

அதுவரை
உன் தாலாட்டுதான்
எனக்குத் துணை

♦

கடல் திறந்து

பேரலை பொங்கி வந்தது
கடல் எழுந்து நிமிர்ந்தது
கரையில் பல்லாயிரம் ஆண்டு
காத்திருந்து வயதேறி
நம்பிக்கை முழுவதும்
இழந்துவிட்ட இளவரசன்
கால்கள் தடுமாற எழுந்து
கண்களை இடுக்கிப் பார்த்தான்

கடல் விரியத் திறந்து முதலில்
முத்துக்கள் மேலே மிதந்து வந்தன
கன்னியர் வந்தனர்
கோஷம் இசைத்தனர்
காளையர் வந்தனர்
கட்டியம் கூறினர்
கடைசியில் வெளியே
வந்தாள் இளவரசி

கனவுதானோ
அன்றி ஒருவேளை
நனவாகவும் இது
இருக்கக் கூடுமோ

கண்களைக் கசக்கி
மீண்டும் பார்த்தான்

அலைமேல் நடந்து
வந்தாள் இளவரசி
ஆசையாய் அவள் கால்களை
அலைகள் வருடிக்கொண்டன
தலை நிமிர்ந்து ஒயிலாய்க்
கைவீசி இடையசைத்து
இதழோரம் மென்னகை
மின்னல் கீற்றெனப் படர
இளமை ததும்பக் கரையில்
இளவரசி வந்து நின்றாள்

இளவரசன் இதயம் நிறைந்து
இனிமை கவிந்தது
இழந்த இளமை மீண்டும் பிறந்தது
இருள்வெளி விலக்கி இக்கணம் அடைய
இரவு முடிந்து பொழுது புலர்ந்தது

புள்ளினம் ஆங்கே இன்னிசை சேர்த்தது
பூக்கள் விரிந்தன புன்னகை மலர்ந்தது
இளமையும் இனிமையும் ஒருங்கே சேர
இளவரசன் குரலில் இதயம் இசைத்தது

உடல் முழுதும் இதயமானால்
உள்ளத்தில் நான் இருப்பேன்
கடல் போன்ற உந்தன் உள்ளம்
கனியும்வரை காத்திருப்பேன்

கண்கொண்டு வந்தேன் உந்தன்
கட்டழகைக் கண்டுவிட

காதலினால் என் நெஞ்சம்
களிகொண்டு மயங்குதடி

பாகாய் இனித்திடும் உன் பவள இதழ்த் தேன் அருந்த
முத்த மழை பொழிந்தென்னை மூச்சடைக்கச் செய்திடுவாய்
மாறாத இன்பம் தரும் ஆறாவது அகிலத்தின்
ஆழத்தில் நுழைந்து நான் அதிசயிக்கும் வேளை இது

தீண்டி நின்னை நெஞ்சாரச் சேர்ந்துவிட விழைகின்றேன்
தீராத என் ஆசை தீர்த்திடுவாய் நாயகியே
வாராது என நினைத்த நாள் இன்று வந்த சுகம்
தேடாது கிடைத்திட்ட தீங்கரும்பாய் நீ இனிப்பாய்

ஓடித் திரிந்து நான் தேடி வந்த காலமெல்லாம்
ஓயாமல் ஒழியாமல் ஏங்கி நின்ற நாட்களெல்லாம்
பாடிப் பறந்து நாம் பால்நிலவில் சேர்ந்துருகிக்
கூடிக் குலவி நிதம் குளிர்நிலவில் சேர்ந்துறங்கி
ஆகாயம் அதற்கு அப்பால் அண்டம் பேரண்டம்
அனைத்திலும் அரசோச்சும் ஆதி முதல் நாயகியே
மேதினியில் நான் விழித்தெழுந்த நாள் முதலாய்ப்
பாதியெனத் திரிகின்றேன் மீதி உனைத் தேடுகின்றேன்

காதலெனும் காதை கண்விழித்த பின்னும் நான்
பாதை தெரியாமல் படியேறிப் படியிறங்கிப்
பள்ளமும் மேடும் பாறையென்றும் பாராமல்
பாடம் பயிலவென்றே பாரெல்லாம் அலைந்து வந்தேன்
பயிலாத பாடமெல்லாம் பாவை நீ எனக்கருள்வாய்

என்ற அவன் சொல் கேட்ட
எழிலார்ந்த இளவரசி
கன்னியவள் இதழ் விரியக்
கால்களிலே அலைமோதக்
கண்ணுக்குள் ஊடுருவிக்

இளவரசி கவிதைகள்

கடுகி அவன் இதயம்
கனியவே உட்புகுந்து – அவன்
உள்ளத்துள் அவள் மொழிந்தாள்

மன்னவனே உனக்கு நான் மாசில்லா உண்மையினை
என்னவன் நீ என்பதால் எடுத்துரைக்க விழைகின்றேன்
உடலென்றும் உயிரென்றும் உணர்வென்றும் உள்ளமென்றும்
உள்ளென்றும் வெளியென்றும் நானென்றும் நீயென்றும்
நல்லது அல்லது நாளை நேற்று எனவும்
நடப்பதைக் கூறுபோட்டு உடைத்திடும் மன உருவைக்
கண்டுகொள்வாய் நீ கணநேரம் தாழ்த்தாமல்
கைவிட்டு விடுபடுவாய் கணத்தில் எனை அடைவாய்

நானிலத்தில் இந்நாள் வரையில்
நடந்ததெல்லாம் நாடகம்
என்பதை நீ உணர்ந்திட
ஏற்றம் இங்கு அடைந்திட
ஆழி திறந்து நான் வந்தேன்
ஆரமுதைத் தருகின்றேன்

என்ற அவள் கனிமொழியில்
எல்லாமும் புரிந்துவிட
இளவரசன் மனம் தெளிந்தான்
இளவரசி முகம் கண்டான்

உள்ளது திறந்தது
உணர்வு பிறந்தது
உள்வெளியற்ற
உண்மை விரிந்தது
மன உரு கரைந்து
மனவெளி விரிந்தது
எல்லைகள் கரைந்து
எங்கும் நிறைந்தது

அரங்கத்தில் அவள் ஆடும்
அற்புத நடனமும்
அண்டங்கள் திறந்து காட்டும்
ஆனந்தப் பேரொளியும்
அறிவழிந்த மோனமும்
அந்தமில்லா மலரும் கண்டு
அடங்காத நெஞ்சம் அங்கே
ஆறி அடங்கியது

வட்டத்தினுள் நுழைந்தான்
திரும்பிப் பார்த்தான்
மறைந்தது வட்டம்
உள்வெளி மறைந்தது
உள்ளம் திறந்த இளவரசன்
உன்னத நிலையில் நின்றான்

இதயத்தில் தேனூறும்
கங்கை திறந்துவிட
கயல்விழியாள் அவளைக் கண்டு
காளை அவன் மொழிந்தான்

வெளியற்ற உள்ளத்தில்
எல்லையில்லாப் பெருவெளியில்
தானே தானிருக்கும்
இடமாக நிலைத்த கணம்
தன்னிலே தானிருக்கும்
தடையற்ற மாயத்தைக்
கண்டேன் நான் உன்னருளால்
கண்டுகொண்டேன் இப்போது

கார்முகிலே காவியமே
கன்னித் திருவிளக்கே
ஊனிருக்கும் நாள் வரைக்கும்

உனையல்லால் நான் வேறு
உறுதுணை இனி வேண்டேன்
உள்ளன்புடன் உரைத்தேன்

என்று அவன் சொன்ன மொழி
நன்று நன்று எனக் கேட்டு
அண்ட சராசரங்களின்
மூலைகளில் இருந்து
வந்திருந்த மாந்தரெல்லாம்
மந்திரங்கள் ஓதி நிற்க
தங்கள் குறை தீர்த்திடவும்
தாரணியில் மேம்படவும்
மங்கையவள் பாதத்தில்
மலர்ச்சரங்கள் சமர்ப்பித்து
மனவெளி மயக்கமும்
ஏக்கமும் தீரவேண்டி
காலையில் பூத்த
மாலை மலரென
முழுதும் வாடிய
முகத்துடன் நின்றனர்

இளவரசி இமை திறந்தாள்
இதயம் திறந்தாள்
இயக்கமெல்லாம் ஒரு கணம்
இல்லாமல் நின்ற நிலை
அறிந்தவர் யார் புரிந்தவர் யார்
அது மட்டும் சொல்வீரோ

♦

காட்டு மலர்

இளவரசியைக் காணாமல்
நாடு தவிக்கிறது
வீடுகளில் சூன்யம்
நிரம்பி வழிகிறது
உடல் தளர்கிறது
ஏக்கம் நிறைகிறது

தேடிப் போன வீரர்கள்
திரும்பிவிட்டார்கள்
மின்னல் சுழன்று போன பாதையில்
கால்தடம் தெரிந்ததாகச்
செய்தி சொன்னார்கள்

எல்லைக்கு வெளியே
மூன்றாவது குகை வாயிலில்
இளவரசியின் மேகலை முத்துக்கள்
கிடைத்ததாக ஒற்றன் சொன்னான்

எதிரி நாட்டுத் தளபதி
மூன்றாம் ஜாமத்தில்
கவர்ந்து சென்றான்
என்றார் மக்கள்

காட்டு மலர் தேடிக்
கானகம் ஏகிய இளவரசி
மலர் கொய்து
மீண்டு வந்த செய்தி
வெளியில் தெரியும்போது
மாலையாகிவிட்டது

♦

சிறகு விரித்து

சிறகு விரித்து வானில்
பறந்து வந்தாள் இளவரசி
கிழக்கில் இருந்து வந்த மேகம்
அழைத்து வந்தது அவளை
மேற்கில் இருந்து ராகமேறி
விரைந்து வந்தான் இளவரசன்

அறிவுக்கு அடங்காத ஆழ்மனத் தாபத்தைப்
பிரிவின் மாளாத துயர் தோய்ந்த வேதனையைக்
காலத்தில் அகலாத காதலின் பெருவீச்சை
வாரி நெஞ்சோடு அணைத்திட ஏங்கிடும்
உடலில் உறை உயிர் கலந்த உள்ளம் அனைத்தும்

பெருங்கடல் நடுவே வளை நிகர் தீவில்
வலம்புரி இடம் வரும் கவின்மிகு வாவியின்
புனல் என அணைத்திடும் மனம் விரிமாயவள்
கரை இலாக் காதலின் இதம் தரும் சுகம்தனை
விரைந்து கைபற்றி அடைந்திடும் ஆவலில்
கண்கொண்டு மனம்கொண்டு கைக்கொள்ள விழைந்திட்ட
கனியிதழாள் மொழிந்திட்ட கரும்பென்னும் வார்த்தையினை
இனியவள் வாயால் கேட்டு இன்பம் அடைந்திடவும்
யாழிசைத்த குரல் கேட்டு யாண்டும் மகிழ்ந்திடவும்
பாரில் இதற்கீடு இல்லையெனும் உண்மையினை

நேரில் போய்க் கண்டறிந்து ஊர் முழுதும் பறை சாற்றி
வாரீர் வாரீர் இங்கு வந்து பாரீர் அதிசயம்
இது வரையில் யாருமிங்கு கண்டிராத அற்புதம்
மண்ணில் எங்கும் தேடிக் கிடைக்காத மாயமவள்
மது நிகர் மயக்கம் தரும் என்றும் அவள் வதனம்

கரை காணாக் கடலும்
வரை இல்லா வானமும் – அவள்
கண்ணின் ஆழத்தில்
காணாமல் போகும் அதிசயம்

காற்றின் இமைகளில் கண்டெடுத்துக் கொண்டு வந்தேன்
பாட்டின் இழைகளில் பார்த்தெடுத்து மீட்டு வந்தேன்
கானம் இசைத்திடவும் காதல் மகிழ்ந்திடவும்
கனிச்சுவை இனித்திடவும் கால்கள் நடந்திடவும்
ஆதாரம் தேடி ஆங்காங்கு அலைந்திட்ட
காலங்கள் கடந்து காதங்கள் முடிவடைந்து
அவளருளால் அவள் கிடைத்து
அவள் அன்பில் கரைந்திடவும்
இவள்தான் அந்த இன்பம்நிறை தேவியென்று
இங்கு இந்த நிலத்தில் அரசோச்சும் இளவரசி

பங்கு போட மனமில்லை
பார்க்க மனம் ஏங்குதடி
பால் போன்ற மனம் கொள்ள
பாகாய் உருகுதடி
தேன் கசியும் தீஞ்சுவை தன்
திகட்டாத இனிமையவள்

மோனம் விரிய நின்ற வான் நிறைக்கும் தாரகைகள்
கானம் விரிய வரும் காதலின் தேன் பெருகும்
மொழி தீர்ந்து வழி தொலைத்து
விழி தேடிப் போகுமிடம்

காலத்தின் நெடும்பாதை கானகம்போல் விரிந்திடுமோ
கண்ட பின்னும் கண்மலராள் கையணைப்பில் நில்லாமல்
காலமின்றி அவள் கண்ணில் கலந்திருக்க முடியாமல்
வேதனை தீர்க்க வரும் வேல்விழியாள் பார்வையினை
வேதம் பயில்வதுபோல் வேளை இங்கு வரும்போது
பார்த்து ரசித்திடவும் பாவையை நான் சேர்ந்திடவும்
மெல்லணைப்பில் துயில் கொள்ளும் மேன்மை அடைந்திடவும்
இளவரசி இதயத்தில் இன்பம் பெருக்கெடுக்க
பவள இதழ் பருகவென்றே பார் கடந்தான் இளவரசன்

இங்கிவளை இந்தக் கணம் இருந்து மணம் புரியவென்று
பொங்குகடல் போல நெஞ்சம் ஏங்கி எழுந்திடவும்
ஒயில்நிறை மேனியுடன் மயில் அசையும் வனம் எங்கும்
கயல் போன்ற கண்கள் விரிகடலாழம் பயின்றிடவும்
தலை வளைத்துக் கண் பொதித்துப் புன்னகைக்கும் மங்கையவள்
கனி மறைக்கும் இலை நிறைந்த மரம்போல நிற்குமவள்
பனிவிலக்கும் பரிதியெனப் பருவம் வெளிப்படவும்
அழகுநிறை பதுமையென அங்கங்கள் நிமிர்ந்து நிற்க
அறிவு ஒளிர்அணங்கு என அங்கவர்கள் கொண்டாட

தெளிவுநிறை மனத்தோடு
தேன் போன்ற குரலோடு
பளிங்கு இதயம் கொண்டு
பார்ப்பவர் அமைதி பெற
எளிமை என்னும் உடை அணிந்து
வந்து நின்றாள் இளவரசி

அலைகள் விரைந்து வரும்
கடலாழம் கடந்து வந்து
மலைகள் தாண்டி வந்து
மாமயிலாள் தோளணைக்கத்
தாவி வந்த இளவரசன்

தானிருக்கும் தனிமையினைக்
காற்றில் கலைந்துவிடும் மேகம்போல்
தன்னியல்பால் போக்க வந்த இளவரசி
மனம் இனிக்கப் போற்றி நின்றான் இளவரசன்

ஆற்றல் தேவையில்லை
அனுபவமும் அருமையில்லை
அன்பின் ஒளியில் அங்கு
அனைத்தும் விளக்கமுற
அன்பால் வழி நடத்தி
அன்பின் உடை பூண்டு வந்து
அவள்பால் பெருகிவரும்
அன்பின் கரை காணாமல்
என்றென்றும் கசிந்துருகும்
உள்ளம்நிறை காதலுடன்
அழகு மிளிர நின்ற
ஆயிழையின் நெஞ்சமெனும்
மஞ்சத்தில் துயில் கொள்ளக்
கனவுமனம் கொண்ட அவன்
பஞ்சினைப்போல் மென்மையுடன்
கஞ்சமில்லாக் காதலுடன்
வஞ்சி முகம் காண
விழைவுடனே காத்து நின்றான்

கண்வெளி எல்லை கடந்த
காலத்தின் கரை நின்றான்
வண்ணமயில் வரக் காத்திருந்தான்
வழி மீது விழி வைத்து

♦

பயணம் நடக்கும் பாதை

பயணம் நடக்கும் பாதையின் வழியில்
பட்டொளி நிரம்பிய வெட்டவெளியின்
நட்ட நடுவில் சட்டென்று தோன்றிய
காரிருள் படலத்தினுள் நுழைந்தாள் இளவரசி

கருமை நிறைந்து வெறுமை கவிந்தது
தன்னைத் தொலைத்துத் திணறித் தவித்தாள்
தனக்குள் தன்னைத் தொலைத்த தனிமையின்
திசையற்ற இருளில் தேடித் திரிந்தாள்

ஒளியின் வெளியில் ஒருகால் ஊன்றி
இருளின் உள்ளே ஒரு கால் வைத்து
இருள் படலத்துள் தன் கையை
நீட்டி நின்றான் இளவரசன்

இருளின் உள்ளே இருந்தவளைக்
கையை நீட்டி வெளியே அழைத்தான்
நீட்டிய கையைத் தனிமையின் துயரில்
பட்டென்று தட்டிவிட்டாள் இளவரசி

காதல் நிறைந்த நெஞ்சம் நெகிழக்
காவல் காத்து நின்று அவளின்
கானல் தீர மாமழை பொழியக்
கைநீட்டி அங்கே நின்றான் இளவரசன்

நிமிர்ந்து பார்த்தாள் இளவரசி
நீட்டிய கையைப் பற்றிக்கொண்டாள்
கையின் வழியே ஓடிய ஒளியை
உள்ளே வாங்கிக்கொண்டவள் எழுந்தாள்

மற்றவர் ஆக்கும் தன்னை இழந்த
மாயை புரிய விழித்துக்கொண்டாள்
மற்றவர் ஆக்கிய பொய்முகம் துறந்து
தன்னுள் ஒளிரும் தளிர்முகம் அறிந்தாள்

மறைத்து மயக்கி மறைந்து வெளிக்காட்டி
மன்றத்தில் ஆடும் மாய விளையாட்டு
மன்றம் விலகிய மாறாத மேன்மை
இப்போதென எப்போதும் விரியும் தன்னொளி
அப்பாலும் கடந்த ஆதிக் கணம் காணும்
இப்பார்வை கிடைத்திட எழுந்தாள் இளவரசி

ஆங்கவள் எழுந்தாள் அகிலமும் எழுந்தது
கண்கள் திறக்கக் காரிருள் மறைந்தது
அழகும் அருளும் அன்பின் ஆழமும்
எழுந்து விரிந்தது எங்கும் நிறைந்தது
அமைதி பரவி அகிலம் வழிந்தது

ஒப்பிலா அழகும் ஓங்கி நிற்கும் பேரொளியும்
மிக்கார் இல்லாத மேன்மையின் உள்ளூற்றும்
எப்பார்வையிலும் பொலிந்து எழும் உன்னதமும்
இப்பாரில் யாரும் காணாத பேரழகும்
இதழும் இதழூறும் தீஞ்சுவையும் சேர்ந்திலங்கும்

மகிழம்பூ மேனியில் ஓங்கு நறுமணமும்
நெருப்புப் பூவின் இதழ்கள் முகிழ
நெஞ்சம் குளிர ஆழ்ந்து தேனருந்தி
மயக்கம் தீர்ந்து மன்றம் திறந்து
கார்முகில் கனிந்து கானம் நிறைய
வானம் திறந்து மாமழை பொழிய
மாங்குயில் கூவி மலரிதழ் விரிய

இளவரசி வந்தாள்
இனிய சுவை தந்தாள்
இளவரசன் நெஞ்சில்
என்றும் நிலைகொண்டாள்

♦

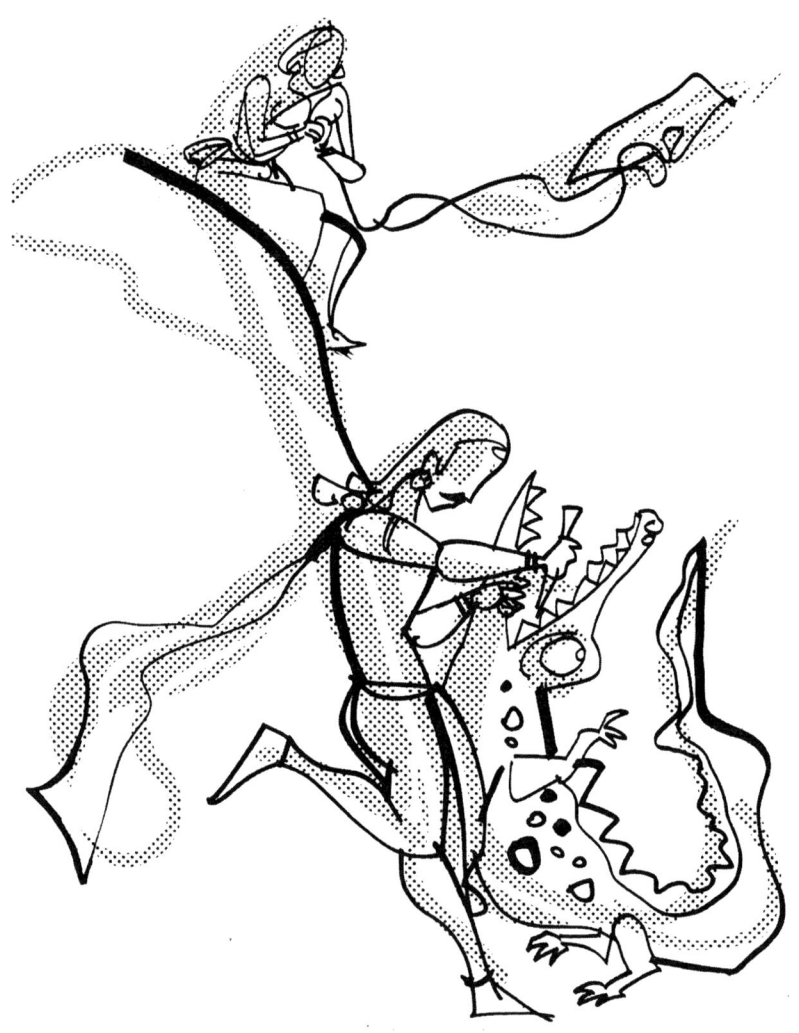

சுழன்று வீசும் காற்றில்

சுழன்று வீசும் காற்றில்
கலைந்தன மேகங்கள்

கண்ணிமைக்கும் நேரம்
பளிச்சிடும் மலரென
இளவரசியின் வதனம்
கண்டான் இளவரசன்

காற்று அப்போது
ரகசியமாய்க் காதுக்குள்
சொல்லிச் சென்ற செய்தியைக்
கவனித்துக் கேட்ட இளவரசன்
வெண்குதிரை மீதேறி
மேற்கு நோக்கிச் சென்றான்

வழியில் வந்த சித்திரக் குள்ளன்
சொன்ன தகவல் அறிந்து
மலையுச்சியின் மேல் நின்று
தவம் மேற்கொண்டான்

முந்நூறு ஆண்டுகள் கழித்து
வானிலிருந்து வீழ்ந்த
அருவியில் இருந்து
வந்த சாரலின் குளுமையில்
விழித்துக்கொண்டான்

ஒருகணம் தன் முகத்தை
பார்த்துச் சென்ற இளவரசன்
மறுபடி வரும் நேரம் பார்த்து
இளமை சற்றும் மாறாமல்
காத்திருந்தாள் இளவரசி

ஆண்டுகள் கடந்தன
தலை நரைத்துத்
திரும்ப வந்தான் இளவரசன்
மூதாட்டி போல் வேடம்
தரித்து வந்தாள் இளவரசி
அடையாளம் அறியாமல்
அவளைப் பற்றி
அவளிடமே தகவல் கேட்டான்

மலையுச்சிக் குளத்துத்
தாமரை மலருக்குள்
இளவரசி காத்திருப்பதாகச்
சொன்னாள் மூதாட்டி

இரண்டாம் ஜாமம் நிலவு
உச்சிக்கு வருமுன்னர்
மலரிதழ் திறக்க வேண்டும் என்றாள்
இதழ் மூடிக்கொண்டால் மீண்டும்
ஓராயிரம் ஆண்டுகள்
காத்திருக்க வேண்டும் என்றாள்

மூச்சிறைக்க மலையேறிப்
போனான் இளவரசன்
அறியாமல் மூதாட்டி
பின்தொடர்ந்து வந்தாள்
தாமரை மலரின் இதழ் திறக்க
நீரில் இறங்கிய இளவரசன் காலைப்
பற்றிக்கொண்டது முதலை

தண்ணீரின் ஆழத்தில் இருந்து
தீநாக்கை எடுத்து
முதலையைக் கொன்றான்
முடிவாக இளவரசன்

மூதாட்டி உருவம் களைந்து
இளமை கொண்டு தெரிந்தாள் இளவரசி
முதலையின் முதுகைக் கீறிப் பிளந்து
இளமை மீட்டுத் தெளிந்தான் இளவரசன்

வானவர் அருளிய கானம் கேட்டுக்
காதல் ததும்பும் கண்களைக் கண்டு
வேதனை தீர்ந்து விழிமலர் திறந்து
சோதனை முடிந்த சுகம்நிறை மனத்தில்
ஆவல் மீறிய அகவெளி விரிந்து
காட்சியின் எல்லை கடந்து வெளிப்போந்து
ஆட்சி செய்யும் அரசியின் மகளை
அவளின் நெஞ்சம் அணுகும் வழியை
அளவிலாக் காதலின் அற்புத நெகிழ்வை
அன்பும் அறிவும் அழகும் உருவாய்
அமைந்த அவளை அடையும் கனவு
நனவாய் மலரும் நாளை எண்ணிக்
காலை மதியம் மாலை இரவு
காலம் நிரம்ப அவன் காத்திருந்தான்

இளவரசி இதயம் திறந்து இதழ் திறந்து
இனிமை நிறைந்த இளங்குரல் திறந்து
இன்றும் என்றும் இப்போதும் எப்போதும்
கண்ணால் காண முடியாத ஒளியும்
காதால் கேட்க முடியாத கானமும்
விண்ணவர் நாட்டின் விடியலும் வேகமும்
அறிந்து உணர்ந்திட வந்தான் இளவரசன்

கலைமகள் கண்விழி மலர்ந்திடும் நேரம்
காதலின் காவியம் எழுதி முடித்திட
எந்தையும் தாயும் எழுந்து கலந்திட
பால்மனம் பாகாய் உருகி வழிந்திட
நெஞ்சோடு அணைத்து நெருங்கிச் சேர்ந்திட
கொஞ்சும் குரலில் ரகசியம் சொல்லிட
வீணையின் நாதம் விரிந்து பரவிட
கையின் அணைப்பில் குழையும் உடலும்
மூச்சில் கலக்கும் முல்லையின் வாசமும்
நாவில் ஊறும் நற்றேன் சுவையும்
காதலின் ஸ்பரிசமும் காமத்தின் துடிப்பும்
ஊடுருவிப் பாய்ந்து உட்கலக்கும் உயிரும்
பாலும் தேனும் பனிமலர்ப் பார்வையும்
வேனிலும் குளிரும் வேய்ங்குழல் நாதமும்
காதில் குழையும் வளையம் அணிந்து
கார்முகில் விலக்கி வந்தாள் இளவரசி

காதல் பேசும் கங்கணம் அணிந்து
மலையும் மலையின் சாரலும் திரிந்து
கல்லும் கனியும் கானம் பயின்று
அள்ளியணைக்கும் ஆவல் முகிழ
உள்ளும் புறமும் நிரம்பி வழிய

அகவெளி ஆழம் அமிழ்ந்து விரியத்
தன்னைத் தானே தனக்குள் தேடி
அவளை அங்கே காணும் விழைவில்
தானே அவளாய் அவளே தானாய்
இருவரும் ஒன்றென இழைந்த ஒருமையில்
தன்னைத் தானே அணைத்த அணைப்பில்
தானும் கரைந்து வானும் மறைய
ஏதிலார் என்று இல்லாமல் போக
கானம் மட்டிலும் கருத்தென நிறைய
அங்கும் இங்கும் அன்றும் இன்றும்
அதுவும் இதுவும் எதுவும் இன்றி
இக்கணம் என்பது எக்கணமாகவும்
இப்பொழுதென்பது எப்பொழுதாகவும்
காலத்தின் எல்லை கரைந்து மறைந்திட
அற்புதப் பாழின் ஆழம் அடைந்து
காதலின் காட்சி கனவென உதிக்கும்
கரையிலா மோனப் பெருவெளியதனில்
காணும் தானும் காட்சியும் ஒன்றெனக்
கருவாய்ப் புதிதாய் உருவாய்ப் பொருளாய்க்
கண்மலர் திறந்து கண்டான் இளவரசன்

ஈரம் கசியும் இளவரசி இதயத்தை
இனி எப்போதும் இழந்திட முடியாத
இயல்பை அடைந்து இயக்கம் அடங்கி
இனி அவள் அருளே அனைத்தும் என்று
கால்கள் வருடிச் செல்லும் ஓடையின்
கானம் மட்டிலும் கேட்கும் லயத்தில்
வானமும் தானும் வையகம் முழுவதும்
கையகம் அடங்கும் அதிசயம் கண்டு

காதல் நெஞ்சின் கரையிலாக் கடலின்
அலைகள் அனைத்தும் அகிலங்களாக
அமையும் அற்புத அழகைக் கண்டு
அன்பின் லயமும் அளவிலா அழகும்
அருளும் ஒளியும் சேர்ந்து புனைந்து
ஆக்கிய அகிலம் அவளென விரியும்
அக்கணம் பிறந்த அதிசயச் சிசுவின்
ஆவல் ஒன்றே அனைத்திலும் தெரியும்
அழகே அருளே உயிரே உணர்வே
உள் நின்றுறையும் ஒளியே அவளெனப்
பவளவாய் திறந்து பாசுரம் இசைக்கும்
கனிநிகர்ப் பாவை கண்டதிலிருந்து
காதலே உயிரெனக் கானம் இசைத்து
தனியே இனி ஒரு உயிரென இன்றி
அனைத்தும் தானென அசையும் அன்பின்
அழகில் லயிக்கும் அமைதிதான் வாழ்வே . . .

◆

காதல் பாதை

காதல் பாதையின் கடைசிக் கணத்தில்
கவினுறு நங்கை கனிந்து உளமிரங்கி
கடைக்கண் பார்வையில் கருணை புரிந்து
கலக்கம் தீரும் காலம் வந்தது

கனவுகள் விளையும் மாயப் பொய்கையின்
கரையில் நின்றான் இளவரசன்

இளவரசியின் இசைவு இன்றி
இதயம் திறப்பது எவ்வாறு
கனவரசியும் அவள்தான் என்னும்
கணிதம் அறிய மாட்டாமல்
கனவும் நனவும் மறதியும் நினைவும்
கண்விழி திறக்கும் கவனமும் அவளே
என்பதை உணர்ந்தான்
தெளிந்தான் இளவரசன்

கவலை நீக்கிக் கண் அசைவற்றுக்
கருத்தொருமித்துக் கானம் பயின்று
உடலும் மனமும் உயிரும் உணர்வும்
அகம் நின்றொளிரும் அவளின் ஒயிலும்
பகலும் இரவும் பார்மிசை வருவதும்
பார்த்துப் பார்த்துப் பரவசம் பெருகும்

பாதை நடந்து பயணம் முடிந்து
காலம் கனிந்து கணமும் வந்தது
காதல் இதயம் கண்ணில் கலந்து
கனவு கலைந்து கானம் கேட்டது

தனிமை தீர்ந்த விடுதலை உணர்வில்
கானம் முடியும் கடைசிக் கணத்தில்
கையில் இருந்த சாவி எடுத்துக்
கதவை விரியத் திறந்தாள் இளவரசி

கதவு திறந்த கணமே நெஞ்சில்
விரிந்து பரந்தது அகவெளி நாதம்

என்னென்று சொல்வேன்
என் உயிரின் நாதத்தை
பன்னெடுங்காலம் கேட்டு வந்திருந்த
பரிச்சயம் மனத்தில் தெரியத் தொடங்கக்
காத்திருந்த காலம் கணக்கிழந்து போயிற்று

அதையே வேறொரு பொருளெனக் கொண்டு
அறிவு மயங்கி ஆற்றல் இழந்து
அதிசயம் குன்றி அருமை தவறிப்
பழகிய பழைய பாடல் அதுவென
இருந்த பதிவு அழிந்து மறைந்தது

பாழ்வெளி விரிவும் பரிவின் நிறைவும்
ஒன்றென அறிந்து புரிந்த பிறகு
பழையதும் புதியதும் பகுக்கும் பழக்கம்
பயனற்றதென்ற தெளிவு பிறந்தது

முன்பே இருந்த முடிச்சை அவிழ்த்து
மூடி வைத்திருந்த முகத்தைக் காட்டி

முதுபெரும் மந்திர மாலை அணிந்து
மாமலர் பறித்து மகுடம் சூட்டிப்
பால்மணம் மாறாப் பச்சிளம் மனத்தோடு
பாதை முடித்துத் தெளிந்தான் இளவரசன்

கண்களில் கசியும் காதல் ஒளியும்
காயும் கனியும் கவிமனச் சுவையும்
பாலும் தேனும் பாவையின் இதழும்
நீரும் நெருப்பும் நீள்பெரு விசும்பும்
கள்ளின் மயக்கம் காட்டும் அழகும்
புள்ளினம் கிழித்தேகும் புலப்படா வானமும்
புல்லிதழ் நுனியில் புலரும் காலையும்
அல்லும் பகலும் அழிந்தோய்ந்த நிலையும்
அறிவும் ஆற்றலும் அடங்கிய மனமும்
அவளின் அருளால் அனைத்தும் சேர்ந்தது

அமைதியும் ஆற்றலும் அழகும் ஒன்றாய்
அறிவும் அகிலமும் அன்பின் ஒளியாய்
அமைந்த அவளின் அகவெளிச் சுடராய்
நான் எனும் கானம் நாற்புற வெளியிலும்
நகர்ந்து பரவும் நாதம் கேட்டு
வாணர் பாணர் வல்லமை படைத்தோர்
நாலும் அறிந்த நாவலர் மற்றோர்
நடப்பன ஊர்வன பறப்பன நகர்வன
மலைகள் மரங்கள் மேகங்கள் மற்றும்
நதிகள் நலம் தரும் பதிகள் அனைத்தும்
சுற்றிச் சூழ்ந்து பணிந்து நின்றன

பரந்து விரியும் கானம் கேட்டு
நிரம்பி வழியும் காதல் நெஞ்சில்

இளவரசியின் இனிய இதயம் தொட்டு
இளகி நெகிழ்ந்து நின்றான் இளவரசன்

பவளம் வெட்கும் இதழ்கள் மின்னப்
பளிங்குக் கண்கள் பார்வையில் பொலியக்
காலடித் தாமரை பூமியில் ஊன்றிக்
குலுங்கும் மார்பும் அசையும் இடையும்
அழகிய விலங்கென அவள் நடை பயிலும்
அரங்கம் இதுவென அகிலம் நிமிரும்

காலம் நிறுத்திக் கணக்கை விலக்கிப்
பாலம் கட்டும் பயிற்சி மேற்கொண்டு
பழையது கரைந்து புதியது புலரும்
பாடல் இசைத்து நின்றாள் இளவரசி
பண்ணின் இனிமை கேட்டான் இளவரசன்

இறுக அணைத்து இதழ்களைக் கூட்டிப்
பருகும் இனிமையில் பார்வெளி உருகப்
பாழ்வெளி நிறைக்கும் பாங்கில் இருவரும்
பள்ளி கொள்ளும் அதிசயம் பாரீர்.

♦

உலகின் மறுகோடியில்

உலகின் மறுகோடியில்
வானுக்கும் மண்ணுக்குமாய்
காலடியில் கடல் வருட
நிற்கிறாள் இளவரசி

வழியில் உள்ளன
ஏழு பெருங்கடல்கள்
ஐந்து மலைகள்
மூன்று பாலைவனங்கள்

மர்மக்கடல் கடந்து
மறுகரையில் நிற்கும் அவள்
மாறா ரகசியம் அறியக்
கூந்தலின் கானகத்துள்
அலைந்து திரிந்து தேடிப்
பின் புரிந்தது ரகசியம்

காலம் முழுதும் இந்தக்
கணத்திற்குள்தான் ஓடிற்று

அங்கு நிற்கும்போதே இங்கும்
அமர்ந்திருக்கிறாள் இளவரசி
அங்கும் இங்கும் அவள்
அளவற்று விரிந்திருக்கும்
அருமை அவள் அருமை என
அலைபாயும் நெஞ்சம்

கனவுலகில் கால் வைத்து
வினை தீர்த்து முடித்த பின்னால்
மனவீட்டில் மணமுடித்துப்
பால் காய்ச்சிக் குடிபுகுந்து
கனமழையும் பெரும்புயலும்
அடித்தோய்ந்து அமைதி பெற

வன வீடு கட்டி அதில்
குடிபுகுந்து குளிர்காய்ந்து
புது வாசல் திறக்கையிலே
வடிவெடுத்து வந்து நிற்கும்
மனவரசி கனவரசி
வடிவரசி என்று எந்தன்
இளவரசிதனைக் காணும்
இளவேனிற் காலத்தில்

கடலாழம் கண்டு வரக்
கன்னிமனம் பார்த்துவர
உடலாழம் காணாத
உண்மையது உணர்ந்து வர
அகவாசல் புறவாசல்
ஒருவாசல் என்று அந்த
உன்னதமும் உருக்கொள்ளும்
உண்மையும் வெளித்தெரியும்

மழை வானம் திறந்திடுமுன்
மங்கை மனம் தெரிந்திடுமுன்
இனம் காண முடியாத
இன்பத்தில் மனம் திளைக்கும்

பருவங்கள் சுழித்தோடும்
காலப் பெருநதியில்
உருவங்கள் உள்ளங்கள்
உண்மையிலே ஒன்றெனவே
காணாத பெருவெள்ளம்
வடிந்த பின் எஞ்சி நிற்கும்
அழியாத பாலாழி
மொழியாமல் நிறைந்து நிற்கும்

♦

வட்டத்தின் உள்ளே

வட்டத்தின் உள்ளே
நுழைந்தாள் இளவரசி

மூடிய கதவுகள் தாமாகத் திறந்துகொண்டன
வார்த்தைகள் எல்லாம் ஒரே நேரத்தில் – தம்
வாய்களை இறுக மூடிக்கொண்டன

பாலம் அமைத்துப் பயிர் காத்து
உயிர் வளர்க்கும் ஓர் இசையில்
ஒரு சொல் தன் வாய் திறந்து
பழகிய பாடல் விடுத்து
ஒரு புதிய கானம் இசைத்ததும்
பண்பட்ட நிலம் என்று அவர்கள்
பாடல் விதைத்தார்கள்

இளவரசி இசையல்லால்
இதயமதை யார் திறப்பார்
கனவரசி இவளென்று
கனிந்துருகும் ஆழ்மனத்தில்
பவளம்வளர் பாற்கடல்தான்
கடலரசி நெஞ்சம்
இளையவளின் கண்விருந்து
இதழ் விருந்து போதும்

இப்போதெனும் ஒற்றை
விதையில் இருந்து விரியும்
இந்தத் தினம் இந்த வாரம்
இந்த மாதம் மற்றும்
இந்த ஆண்டு நூற்றாண்டு
இந்த யுகம் என்னும்
இதழ் முகிழ்க்கும்
இகம் வளர்க்கும்
இந்தக் கணம் என்றும்

இளவரசி இதழ் சுவைக்க
யார் இங்கு வருவார்
இளவரசன் நானென்று
மலைக்குடிலில் சேர்வார்

இனிய மலர் இதழமுதம்
இனிமை தரும் வாசம்
இனிய சுவை இனிமை கண்டு
இதயம் நிறைந்திடும்

உடல் இனிது உயிர் இனிது
உள் விரியும் உளம் இனிது
கடல் இனிது கார் இனிது
மடை திறந்த மழை இனிது

பார்த்தாயோ கேட்டாயோ
உணர்ந்தாயோ உரைத்தாயோ
அல்லவெனில் இப்போது
இங்கு வந்து பார்
அதிசயத்தை

♦

யாளிகளின் வரலாறு

பல்லக்கிலிருந்து
இறங்கிய இளவரசி
குளிப்பதற்காக ஆடை நீக்கிக்
குளத்தில் இறங்கியபோது
வானம் சூழ்ந்து அவளை
மறைத்துக்கொண்டது

மரத்தின் பின்னால்
மறைந்து நின்ற
பல்லக்குத் தூக்கிகளின் கண்களில்
மறைத்து நின்ற
வானத்தின் வழியே தெரிந்தன
தூரத்து மலைகள்

மலையிலிருந்து பேரருவி
பாய்ந்திறங்கிய வேகத்தில்
பல்லக்குத் தூக்கிகள்
மறைந்து நின்ற மரங்கள்
மறைந்து போயின

அப்போதுதான்
சிரிக்கத் தொடங்கின
யாளிகள்

♦

மீன்களின் உலகு

வான் மேவும் தாரகைகள்
வந்து நிறைந்ததுபோல்
மீன் மேவும் கடலுலகம்
சென்றாள் இளவரசி

தன் நினைவு மீண்டும் தோன்ற
விண் அகன்ற வேளை நினைவு வரப்
பண்ணிசைத்த இளவரசன்
கண்ணசைவு நெஞ்சினிக்கக்
காதலனின் முகம் தேடிக்
காத்திருந்த காலமெல்லாம்
கனவுவெளிக் காட்சியெனக்
கண்டதெல்லாம் மனதிருக்கக்
கெண்டைவிழிக் கோகிலத்தின்
தண்டை கிணுகிணுக்க

சங்கணண சங்கணண
சங்கணண சங்கணண

பொங்கிவரும் மங்கையவள்
சங்கனைய கழுத்தின் கீழ்
நாடி முகம் புதைக்க
நடுவிலொரு ஆழத்தில்
காணாத கடலொன்று
பெண்மனத்தின் ஆழமெனப்
பேரமைதி நிறைந்திருக்க

கண்முன்னே கடலுலகம்
விரியக் கண்டாள் இளவரசி

கண்மாய்கள் குளங்கள்
குட்டைகள் ஏரிகள்
சுனைகள் ஊற்றுக்கள்
சிற்றருவிகள் பேரருவிகள்
ஓடைகள் சிற்றாறுகள்
காட்டாறுகள் நதிகள்
கடல்கள் பெருங்கடல்கள்
இன்னும் பல நீர்நிலைகள்
அனைத்தும் கூடிவரும்
ஆனந்தப்பட்டினம்

இளவரசியைச் சுற்றிச்
சூழ்ந்துகொண்டன மீன்கள்
செம்மீன்கள் கருமீன்கள்
பொன்மீன்கள் வெண்மீன்கள்
சுறாக்கள் திமிங்கிலங்கள்
நீர்க்குதிரைகள் ஆமைகள்

பேசும் மீன்கள் ஊமை மீன்கள்
தன்னை அறிந்த மீன்கள்
இன்னும் தன்னை உணராத மீன்கள்
தலைமீன்கள் தொண்டு மீன்கள்

கலைமீன்கள் பொறிமீன்கள்
ஞானமீன்கள் அஞ்ஞான மீன்கள்
ஆண்மீன்கள் பெண்மீன்கள்
குருமீன்கள் சீடமீன்கள்
தளைமீன்கள் விடுபட்ட மீன்கள்
வலமீன்கள் இடமீன்கள்
சோகமீன்கள் சிரிக்கும் மீன்கள்
கட்டுப்பெட்டி மீன்கள் எதிர்க்கும் மீன்கள்
கன்னிமீன்கள் காளைமீன்கள்
காதல் கனிந்த காவியமீன்கள்
மச்சக்கன்னிகள் மச்சக்காளைகள்

அத்தனை மீன்களும் தத்தம் குறைகளை
மிச்சம் மீதமின்றி அவளிடம் உரைத்திட
முட்டி மோதிக்கொண்டு பட்டினம் சேர்ந்தன

பட்டினம் காக்கும் பட்டத்து இளவரசி
பால்மனம் கொண்ட பச்சிளம் நாயகி
கடலாழ அரசவையில் கன்னியவள் ஆட்சியில்
உடலாழம் கேட்கும் கீதத்தின் ஆதி லயம்

அழகின் திருவுருவம்
அன்பின் ஆரமுதம்
ஆதி சக்திப் பெருவடிவம்

பழகாத புதிய சுகம்
பழகிய பாடலெனப்
பாகாய் மனம் உருகும்

மீன்களோடு மீன்களாய்க் கலந்து மீண்டும்
தன் சுயநிலை தேடிச் சேரக்
காதல் மனம் நிறைந்து வழியக்
காத்து நின்றான் இளவரசன்

பாதகம் இல்லை பழி இல்லை
பாவம் இல்லை
நாலும் அவன் கற்றதில்லை
நாற்சந்தி நின்றதில்லை

பொன்போலச் சுடர் விட்டுப்
பொய்க்காத ஒளி கூட்டி
விண்ணின் மகன் வேதனையில்
வாடுகின்ற வாட்டமெல்லாம்
கன்னி இளவரசி கற்று வந்த பாடல்கள்
போக்கிவிடும் அற்புதத்தைக்
கேட்டு வந்த மீன்களெல்லாம்
தாமும் தமது இன
மீன் கூட்டமும் இன்பமுறத்
தாமதமேன் புரிகின்றாய்
தாயே நினதருளால்
வேதனை தீர்ந்து நாங்கள்
மேவி நிற்கும் கடல் முழுதும்
தாவித் துள்ளி மன
இச்சைப்படி வாழ்ந்திங்கு
அச்சம் சிறிதுமின்றி
ஆழ்கடலில் ஓய்ந்துறங்கப்
பச்சிளம் குமரி உந்தன்
பவளவாய் திறந்திங்கு
மிச்சம் ஏதுமின்றி
மீன்கள் குறை தீர்த்திடுவாய்

மனமார வேண்டுகிறோம்
மாதவங்கள் செய்தறியோம்
உளமார நீ எங்கள்
வேதனைகள் போக்கிடுவாய்

என்று பல சொல்லி
ஏழ் கடலும் வாழ்ந்திருக்கும்
கோடி பல மீன்கள் எல்லாம்
நாடி நலம் பெற்றுப்
பாடி மகிழ்ந்திங்கு
வணங்கி நின்று வாழ்த்தியபின்
ஓரத்தில் நின்று
காத்திருந்த இளவரசன்
ஒருவழியாய் அவள் முன்னே
ஒளி படர நின்றுகொண்டான்

பெண்ணே உன் மன ஓரம்
ஓரிடம்தான் தந்தருள்வாய்
கண்ணே என் காதல் மனம்
கண்வழியே தருகின்றேன்
கனிந்து நீ ஏற்றிடுவாய்
காலமெல்லாம் காத்திடுவாய்

விண்ணெல்லாம் உந்தன் புகழ்
விரிந்து நிற்கும் செய்தியினை
வாயாரச் சொல்ல வந்தேன்
செவியாரக் கேட்டிடுவாய்

கண்ணிரண்டால் காணவந்தேன்
கன்னி உந்தன் மேன்மையினை
நான் யாரோ மறந்துவிட்டேன்
நானிலத்தில் எப்போதோ
நாடித் தவமிருந்தேன்
நாயகியே உனை வேண்டி

நின்னருளால் நின்னரங்கம்
நினைத்தபடி சேர்ந்துவிட்டேன்

பார் அதிசயம் இதோ நீ
பார் என்று காட்டிவிட்டாய்
வேர்கொண்டு உன் நிலத்தில்
ஊன்றித் தழைத்திடவே
வேண்டி நின்று விழைகின்றேன்
வேறு வழி இல்லையடி

வந்த வழி இதுவென்று
அறிகிலேன் இதுவரையில்
போகும் வழிபோல் தோன்றும்
கானல் இடையில் வரக்
கண்விழிக்க முயல்கின்றேன்
கண்ணே உன் கருணையினால்

புண்ணான என் நெஞ்சம்
புரையோடிப் போகுமுன்னால்
மண்ணாகி இந்த உடல்
மறைந்திடும் காலம் முன்னால்
நாயகியே நானிலத்தில்
எந்தன் துயர் போக்கிடுவாய்

ஏழை நான் யாரென்று
எனக்கு ஒளி காட்டிடுவாய்
என் நிலைமை என்னவென்று
எப்போதும் நீயறிவாய்
என் இருளை நீக்கி இங்கு
மேன்மை பெறச் செய்திடுவாய்

என்று அங்கு இளவரசன்
தன் நிலைமை தெரியாமல்
தஞ்சம் அவள் என்று
தலை குனிந்து நின்றிருந்தான்

இளவரசி எழுந்திருந்தாள்
இனிமையிலும் இனிமையென
இன்னிசைக்கும் மேலான
தன் குரலில் மொழிந்தாள்
தரணியெங்கும் கேட்கும்படி

நாயகனே நீதான்
நாற்புறமும் உந்தன் ஒளி
நலம் கொண்டு வீசுது பார்
நாயகி உன் கரம் பிடித்தேன்
ஆனந்தம் நிறைந்த மனம்
ஆவலினால் ஆடுதடா

காணுதற்கரிய உந்தன்
கண்விழியில் நான் கண்டேன்
காரிருளைப் போக்கிவிடும்
கண்ணொளிதான் உந்தன் உயிர்

கண்ணாளா உந்தன்
கையணைப்பில் சேர்ந்துவிட்டேன்
உன் விழியும் என் மொழியும்
ஒன்றிணைந்து விண்ணளந்து
ஒன்றிலொன்று ஒடுங்கிடவே
கையணைத்து மெய்யணைத்துக்
கண்களிலே உயிரணைத்துக்
காதல் எனும் கடலினிலே
கண் மூடிக் கலந்துவிட்டோம்

கண்டிடவோர் காலமில்லை
எண்திசையும் விரிந்து நிற்கும்
எங்களுயிர் மேன்மையினைப்
பண்ணிசைத்துப் பாடல் கூட்டிப்
பாரென்று காட்டிடுவோம்

என்று அவள் சொன்னவுடன்
கண் திறந்து மனம் திறந்து
மண் திறந்து விண் திறந்து
உயிர் நிறைந்து நிற்கின்ற
உளம் திறந்தான் இளவரசன்

வாடி என் கண்மணியே
வாய் திறந்து உந்தன் மொழி
கேட்ட கணம் கேட்டபடி
மெய்மறந்து நின்றுவிட்டேன்

எந்தன் உடல் எந்தன் மனம்
எந்தன் உயிர் எந்தன் எல்லாம்
தந்து உன் அருள் வேண்டித்
தவம் புரிந்து காத்திருந்தேன்

காலம் மிகக் கடந்து நான்
பட்ட துயர் போதுமென்று
உயிர் தரவே வந்துவிட்டாய்
உன் அணைப்பில் மகிழ்ந்து நின்றேன்

உன்னை நான் கண்டுகொண்டேன்
உயிர் நாடியில் உள்ளூறைந்தாய்
எனை மறந்தேன் உனை அடைந்தேன்
என்று நின்றான் இளவரசன்

தான்தான் தானென்று
தன்னை அறிந்தவுடன்
தாழம்பூ மணக்கும்
தையலவள் மென்கரத்தைத்
தன்னருகில் இழுத்துத்
தாவியணைத்து அவளை
ஆரத் தழுவி
அன்பினால் மனமுருகி

வாயார முத்தமிட்டு
வளைக்கரங்கள் தமை வளைத்து
மாலையெனத் தோளில்
அணிந்துகொண்டு அகமகிழ்ந்து
பாவையவள் பார்வையில்
பாடல்கள் கேட்டுவிட்டு
அவள் சிரிப்பில் மலர் சொரியும்
அழகினையும் கண்டுவிட்டுத்
தானும் அவளும்
தனித்தனியே இல்லாமல்
உயிர்கலந்து உணர்வூறித்
ததும்பி நின்று உள்ளுருகி
மீன்விழியாள் மீனரசி
கனவரசி கண்ணரசி
என்னரசி என்றும்
எழில் துலங்க வருமரசி

துள்ளலும் அமைதியும்
இரவும் பகலுமென
மாறி வரும் பேரரசி
உடலரசி மனவரசி

என்றும் மாறாத
உயிரரசி அவளென்னும்
உண்மை உணர்ந்து
உளம் நிறைந்து உயிர் கலந்து
அன்பெனும் ஒளி கூட்டி
அழகான திருமேனி
வாடாத தாமரை
வார்த்தையில் அடங்காத
கோடானுகோடி
உலகங்கள் அவள் நெஞ்சில்

இளவரசி கவிதைகள்

ஆடாமல் அசையாமல்
ஆட்சி அவள் புரியும்
அமைதியினை யார் அறிவார்
அழகினைத்தான் யார் அறிவார்

இளவரசி மீனுலகம் சென்று வந்த நாள்முதலாய்
இளவரசன் இதயத்தில் மீண்டும் ஒளிகூட்டி
இனியென்றும் அகலாத இன்பம் அடைந்திடவும்
தனிமை என்னும் துயர் இனிமேல் சூழாமல் நீங்கிடவும்
வலி என்றும் அண்டாத வாழ்க்கை இனி அணைத்திடவும்
ஆழத்தில் பேரமைதி அதன்மேல் அலை சிரிப்பும்
விலகாத அதிசயம் வேர்கொண்ட உயிர் மரமும்
அன்றன்று வாழ்க்கைக்கு அவசியமாம் வெளி மனமும்
ஆதாரமாய் நின்ற உள்ளமைதிப் பேரொளியும்
இளவரசன் உள்ளுயிரில் ஒன்றிக் கலந்துவிட்ட
இளவரசி உள்ளுயிரும் ஒப்பிலா உன்னதமும்
இதயத்தில் வீசும் ஒளிமழையில் எப்போதும்
இன்பம் இன்பமென இசைத்திடும் கானமும்
அன்பெனும் கீதமும் அமைந்திட்ட வாழ்விதுவே.

♠

ஆதிமொழி

தண்ணீரில்தான்
எல்லா ரகசியங்களும்
பரிமாற்றம் கொள்கின்றன

முன்னெப்போதும் இல்லாத சாகசங்களில்
முனைந்து திரியும் பறவைகள்
ஆதிமொழியில் பேசிக்கொள்கின்றன

பல கற்றும் பல கேட்டும்
பறவையின் இறகொன்று
வேண்டுமென்று அலையும்போது
வழியில் கண்ட முதிர்கன்னிகள்
சேர்த்துவைத்திருந்த கதைகளில்
இளவரசியின் இரவுப் பொழுதுகள் பற்றி
வெளியில் பரவின வதந்திகள்

ஆற்றங்கரையில் அலைகள்
அற்றுப் போகும் காலம் வேண்டிக்
காத்திருந்த வேளையில்
காதங்கள் கடந்துவந்த
கானத்தில் பொதிந்து நின்றது
உனக்கும் எனக்கும்
மட்டுமேயான ரகசியம்

♦

புதுமலர்

புதுமலரின் இதழ் விரித்து
வெளிவந்தாள் இளவரசி

பனி விலகும் இளங்காலை
முகிலினங்கள் திரை விலக
அணி திரளும் மானினமும்
மயிலினமும் கண்டு அதைப்
பயில வரும் இளவரசன்
பார்வை அவள்மீது விழ

ஆவல் முகிழ அவள்
முற்றாத இளமையும்
வண்டினம் மொய்க்கும்
வற்றாத இனிமையும்
தெவிட்டாத தேனமுதம்
சொட்டும் இதழ் வனப்பும்
கட்டவிழாக் கனியுடலும்
காதல் மணம் கமழ
மொட்டவிழும் மலர்க் கூட்டம்

கொண்டுநிறை மாவனமும்
எட்டுத் திக்கும் படரும்
எழில் மங்கை இளவரசி

கண்ணை விட்டகலாமல்
கண்டு அவன் மனம் மகிழக்
கண்டுகொண்டேன் உனை யானும்
காதல் கொண்டேன் அக்கணமே

கற்கண்டே செங்கரும்பே
கவினுறு கார்குழலே
முற்பிறப்பில் உடன் வந்த
முகிலே மாமழையே
இப்பிறப்பில் உனை நானும்
இழந்திட்ட நிலை அறிந்து
ஊனுடலின் உள்குருத்தில்
உருகும் உயிர்நிலையே

வரும் பிறப்பில் வானமுதம்போல்
நீ என்னுடனே சேர்ந்திருந்து
சேல்விழியாள் மலர்முகத்தாள்
வளைக்கரமும் கோத்திருக்கும்
நன்னாளை மனத்திரையில்
கண்டு தினம் காத்திருக்கும்
என்னிதயம் நீ வந்து
கலந்திடும் கணம் வரைக்கும்
என் நெஞ்சம் தாங்கிடுமோ
ஏந்திழையாள் இல்லாமல்

என்றிங்கு இளவரசன்
பஞ்சுநிகர் மென்னுடலை

மஞ்சுநிகர் கார்குழலை
உயிரின் உள்ளாழம்
உறைந்து நிற்கும் பேரழகை
அணைத்திடவும் அவள் மனத்தை
உணர்ந்திடவும் உளம் ஏங்கிக்
கணை போன்ற அவள் விழிகள்
கண்டு நிதம் உருகிடவும்
மனையாள் என அவளை
அடைந்திட்ட பெரும்பேறைத்
துணையாள் அவள் என்று
மனம் நிறைய உயிர் குளிர
எனையாளும் இளவரசி
அவளெனவே உலகெங்கும்
அறிவிக்கும் நாள் வரைக்கும்
அலைமோதும் என் மனத்தைப்
பொறுமையுடன் காத்திரு
எனச் சொல்லிக் கேளாமல்
அவள் நினைவில் அலைபாய்ந்து
அமைதி பெறக் கூடாமல்
இனியவளே இனி அவளே
எப்போதும் என்னுடனே
இருந்திடவே வேண்டுகிறேன்

கனியமுதக் கடலே
காதல் பெரும்வீச்சே
நீ மலர இதழ் மலரக்
கானகம் எல்லாம் மலர
நான் மலர பூ மலர
மாநிலம் எல்லாம் மலரத்

தேன் பொழிய வான் பொழிய
ஆநிரைகள் பால் பொழிய
வேல்விழியாள் கண் குளிர்ந்து
மனம் குளிர்ந்து அகம் குளிர்ந்தாள்

இளவரசி அகம் திறந்து
கண்டுகொண்ட புதிய ஒளி
கடந்துவந்த பாதைகளின்
இருண்டவெளி நாடகத்தின்
காட்சிகளின் துயர் துடைத்துக்
கண் வழியும் நீர் துடைத்துக்
கவலைகள் தீர்த்து வைத்துக்
காவலாய் நின்றிருக்கக்
காதல் இளவரசன்
கட்டிவைத்த மாளிகையின்
கதவுகள் பல திறந்து
கண் திறந்து மனம் திறந்து
புறக்கட்டு அகக்கட்டு
பழங்கட்டு புதுக்கட்டு
கட்டுகள் பல தாண்டி
காவல் பல கடந்து
மட்டிலாக் காதல்
மாமழையாய்ப் பொழிந்திருக்க

ஆறு பல தாண்டி நிதம் சேரும் கடல் அடைந்து
வேறு பல பூவிரியும் கானகம் நுழைந்து அதில்
மாது அவள் காதல் மனம் காணவிழை தாபமதன்
வேதனையில் உடல் உருக மனம் உருக உயிர் உருக
உயிரின் உள்ளே உறையும் உளம் உருக அவள் நினைவில்
பயிர் மறந்த மாமழைபோல் அவள் இருக்கும் நிலை அறிந்து

ஆனந்த்

ஒரு நாள் ஒரு பொழுது அவள் அணைப்பில் எனை மறந்து
உடல் ஆற மனம் ஆற அவள் நிறைந்த உளம் ஆற
ஏங்கி நிற்கும் எந்தன் உயிர் தாங்கி நிற்கும் எந்தன் உடல்
வாடி நிற்கும் நிலை அறிந்து மேவி நிற்கும் காதலுடன்
நெஞ்சக் குருத்தில் அவள் உறைந்திருக்கும் உண்மையினை
வஞ்சமில்லா மனத்தினொடு மாமலராள் அறிந்திருக்கக்
கொஞ்சும் இதயத்தில் ஆழ்கடலின் நிம்மதியும்
கூட வரும் குமிழ் சிரிப்பில் குளிர்ந்திருக்கும் கானமும்
பாடிவரும் நாதத்தில் பயின்று வரும் பாடலும்
மலர்ந்து வரும் இளவரசி மனம் கனிந்து விழிக்கையில்
துயில் கலைந்து பேரொளியில் மயில் போன்று நடந்துவரப்
புள்ளினங்கள் மானினங்கள் ஆவினங்கள் அணி சேர்ந்து
அள்ளி அணைத்திடும் ஆவலினால் அகம் நிறைய
அகிலமெல்லாம் ஒளி பரவ ஆனந்தம் பொங்கி வர
அங்கிங்கெனாதபடி எங்கும் அவள் நிறைய
இளவரசன் இதயம்தான் இளவரசி உறைவிடமாய்
இருந்திடவும் இளங்காலை மனமும் மகிழ்ந்திடவும்
இளவரசியின் பேரழகை எல்லோரும் காண்பீர்

எத்திசையும் புகழ் மணக்கும்
பல்லுயிரும் சேர்ந்திசைக்கும்
பாடல் வெளிவிரியும்
பல்லிசை கேட்டிருக்கும்
நல்லுயிராய் நாமெல்லாம்
நானிலத்தில் வாழ்ந்திடவே
இளவரசி இதயமதில்
என்றும் இருந்திடவே

பூவிரிய அவள் விரியும்
பாதையிலே அவன் நடக்க

கார்முகிலாய் அவள் பொழியும்
மாமழைதான் அவள் அருளே

தேன் மதுரம் அவள் நினைப்பு
வான் மதுரம் என்று அவள்
கண் மதுரம் கை மதுரம்
அவள் முகத்தின் ஒளி மதுரம்
பகல் மதுரம் அவள் நினைப்பில்
இரவும் மதுரமென
அகல்விளக்காய் அசைந்திருக்கும்
அவளின் விழி மதுரம்
பார்வை மதுரம்
பழகிவரும் பாவை மதுரம்
பார் மதுரம் ஊர் மதுரமே

♦

இரண்டு பேர்

அணையாத விளக்கொன்று
கொண்டு வந்தாள் இளவரசி
அவள் பின்னே இருவர் வந்தார்
பக்கத்துக்கு ஒருவராக

யாரை நீ திரும்பிப்
பார்க்கிறாய் இளவரசி

வலதுபுறம் இருப்பது யார் என்றா
இடதுபுறம் இருப்பவனை நீ அறிவாயா
வலதுபுறம் இருப்பவன் பெரியவன் என்றால்
இடதுபுறம் இருப்பவன் முடிப்பவனா

கானகத்தில் ஓடிவிழும் அருவி நீரை
யார் பார்த்தார் இளவரசி
யார் நனைந்தார் இங்கு

ககனத்தின் பேரிருள்தான் முடிவிலாது நீள
நடுவில் நின்ற விளக்கொளியை
யார் அணைக்க நினைத்தார்

நிசப்தம் எனும் நதிப்படுகை அடியில் கீழே நீண்டு
அதன்மேல் ஆறாக ஓடிவரும் சிரிப்பு
மேற்புறத்தில் அனுபவங்கள் வந்து போகும் உலகம்
யார் சிரிப்பார் யார் அழுவார் யாருக்குத்தான் தெரியும்

அசரீரி வாக்கும்
அருள் பொழியும் நாக்கும்
ஊன் உடம்பில் உள்நரம்பில் ஓடும் ஒளிநதியும்
தந்தை தாய் சேரும்போது அறிந்திராத நானும்
சாட்சி இங்கு நான் என்று சூழ்ந்து நிற்கும் வானும்

காண்பதுதான் காட்சி என்று காத்திருந்தபோது
காண்பவன்தான் காட்சி என்று தெரிந்தது இப்போது

உறவு இது பிரிவு இது
மறதி இது நினைவு இது

உனது எது எனது எது
பிறிது எது அறுதி எது

காதலில் கனவு கண்டு
முகிழ்த்தாய் இளவரசி

கனிந்த காய்கள் உதிர்ந்தன தரைமேல்
உதிர்ந்த கனிகளை மூடின இலைகள்
விதைகள் நகர்ந்தன புது உலகம் காண

♦

எந்தன் இளவரசி

மேவும் கடல் உடுத்தி
ஆழம் பதித்து அந்த
வானம் திறந்து வந்து
கானம் பயின்றதென்ன

கானும் காதுக்கினிய
தேனும் கண்ணுக்கினிய
மானும் அவளெனவே
ஏனென்னைத் தேடவைத்தாய்

உலகெங்கும் உன்னை நாடி
ஏன் என்னை ஓடவைத்தாய்

மாது அவள் காதல் இது போதுமென நானும்
ஏதுமறியாமல் இவை யாவும் பெற வேண்டி
தேடும் சுவை யாவும் அவள் பாடும் அந்தக் கானம்
கோடி முறை கேட்டு நெஞ்சம் ஆழியெனப் பொங்கும்

உள்ளம் தடுமாறி – ஒரு
பள்ளம் விழுந்தாலும்
கள்ளமில்லை நெஞ்சில் – அன்பு
வெள்ளமெனப் பொங்கும்

காதலையும் கானத்தையும் காவிரிபோல் ஓடும்
மாது அவள் மீது எந்தன் கண்கள் நின்று ஏங்கும்
காலை இள நேரம்
வாலை அவள் வாசம்
மாலை இள மஞ்சள் வெயில்
போல அவள் தேகம்

பார்க்கும் விழி பார்த்தபடி காத்திருக்கும் நானும்
நேற்று அவள் தந்த அந்தப் பாசுரங்கள் எல்லாம்
காற்று வந்து போன வழி யார் அறிந்து காண்பார்

பாதி மனம் போதும்
மீதி இங்கு நானும்
ஆதி வழி காட்டும் அவள்
ஆட்சி செய்ய யாரும்
கனிந்து நிற்கும் நெஞ்சம்
வணங்கி நிற்கும் கைகள்
பணிந்து வரும் சொற்கள்
நினைந்து இங்கு நானும்

ஆவி உள்ள போதே
மேவி அவள் நிற்கும்
காட்சிதனைக் கண்டுவிட
காதல் மனம் ஏங்கும்

வேல்விழியில் என்றும்
வேதனைகள் வேண்டாம்
தேவதையின் நெஞ்சில்
தேன் கசிய வேண்டும்
பூ மலர வேண்டும்
கோடி சுகம் வேண்டும்
பாடல் என்றும் பாடி அவள்
ஆடி வர வேண்டும்

இளவரசி என்றும்
இனிமை பெறவேண்டும்
கானகத்தின் அமைதி
மாநதியின் ஓட்டம்
பெருங்கடலின் ஆழம்
பேரின்ப நாதம்
அனைத்தும் பெற வேண்டும்
அருகினில் எப்போதும்
மருள் விலகி
அருள் பொலியும்
மேன்மை அவள் வாழ்வும்

காதற் கனவரசி
மாதர் இனவரசி
மேன்மை பொழியரசி
என்றும் எனதரசி

♦

விண் திறந்த நாள்

காற்றிலேறிப் போகும் வித்தை
கற்றுக்கொண்டாள் இளவரசி

மாறாத மாற்றத்தின்
மாயம் அறிந்த பின்னர்
காற்றில் ஏறுவது
கடினமில்லை என்றறிந்தாள்

நெஞ்சினிக்க நினைவினிக்க
நாமகளின் நாவினிக்கக்
கார்குழலி கண்ணினிக்கக்
கண்ணுள்ளே கருவிழியில்
காதல் இனித்திருக்கத்
தையலவள் குரலினிக்க
மையல் கொண்ட மனமினிக்க
ஊனினிக்க உயிரினிக்க
உள்ளுறையும் ஒளியினிக்க

இதய வாசல் திறந்து வைத்து
உள் நுழைந்து உயிர் விரிந்து
உளம் நிறைந்து இருள் அகன்று
ஒளி படர்ந்து மங்கை நெஞ்சில்
களி படர்ந்து கனவினிக்கக்
கனவில் கனிந்து வரும்

கானம் இனித்திருக்க
வானம் நிறைத்திருக்கும்
மோனம் இனித்திருக்க

கார்முகிலின் கருமையுடன்
கவிந்திருந்த தனிமை நீங்கி
ஒளிமலரின் இதழ் விரிந்து
உலகமெங்கும் மலர்ந்திருக்க

கண் திறந்தால் மாறுமோ
காதலிசை கேட்குமோ
விண் திறந்த நாளிலே
மண் மலர்ந்து காணுமோ

காரிருளில் காய்ந்திடும்
பாரிருளைப் போக்கிட
விண் திறந்து காட்டிடக்
கண் திறந்தாள் இளவரசி

களித்த மனம் பொங்கிடக்
கனிந்து வரும் காலமதில்
விடிந்து வரும் கதிரொளி
வீசும் தென்றல் காற்றினில்
காத்திருந்த காலமெல்லாம்
பார்த்திருந்தான் இளவரசன்

கருணை வெள்ளம் பொங்கிடும்
கார்குழலி இதயமதில்
மறுமை இம்மை அற்ற இவள்
மலர் இதழ்தான் பேசுமோ

இடைவளைவில் காமம்
இதழ்க்கடையில் நாணம்

இமைவளைவில் காதல்
இளவரசி கானம்

மின்னல் போன்ற புன்னகை
கன்னி இவள் கண்களை
அள்ளி எந்தன் நெஞ்சிலே
கொள்ளை கொள்ளத் தோணுதே

பார்த்த கணம் பார்த்த விழி
கோத்த விரல் வார்த்த மொழி
நேர்த்தி இது நேர்த்தியென
சேர்த்த உடல் சேர்ந்த மனம்

வார்த்தை சொல்ல வருகுதில்லை
வேல்விழியாள் கண்ணசைவில்
வான் திறந்த பெருமழையில்
வடிந்துவிட்ட துயரமெல்லாம்

இளவரசி இனி என்றும்
இளமை திகழ் முடியரசி
வடிவரசி வாடாத
புலமை திரள் சொல்லரசி

சித்திரத்தில் வித்தகத்தை
தூரிகையில் பொத்திவைத்த
முத்தரசி இனிமை தரும்
மூவுலகப் பெண்ணரசி

பற்றி எந்தன் நெஞ்சில் என்றும்
மாறாத மனவரசி
விடியலின் அழகரசி
விண்ணுலகப் பேரரசி

♦

தூய ஒளி

பண்டைய நாளிலே
பாட்டெல்லாம் கேட்டிருந்தோம்
உண்டென்றால் உண்டு
என்று சொன்னாள் இளவரசி

பார் கண்ட நாள் முதல்
பயின்ற பாடம் எலாம் மறந்து
கார்காலம் முடியுமுன்பு
கண்திறக்க வேண்டும் என்றாள்

கண்டுகொண்டான பின்பு
காலம் கழிக்கவென்று
மேலும் கீழும் ஏறி இறங்கி
காவல் உடைத்துக் கட்டியம் கூறி
புள்ளிகளை இணைத்துப் பார்க்கும்
பொழுது போக்கு நடந்தது

விரகத்தில் தவித்திருந்து
விரயம் என்று பாராமல்
பழைய குப்பையைக் கிளறியதில்
கிடைத்தது மூன்றாவது கண்

முந்தைய நாட்டின் மூலவர் முன்பு
பாவலர் பாடிய பாக்களின் பண்களில்
மதுவளர் மேகம் புது வழி திறக்க
இதுதான் வழியென அறிந்து தெளிந்த பின்
மதியொளிப் பாவையின் பனிநிகர்ப் பார்வை
பட்ட கணத்தில் வெட்டவெளியில்
பிறந்த மின்னல் திறந்த பாதை
புதுநிலம் நோக்கிப் புன்னகை விரிய
கண்ணிலும் கருத்திலும் விண்ணொளி நிறைய
ரத்தினம் பதித்த பொன்னொளிர்க் கபாடம்
பத்தும் திறந்து பாசுரம் கேட்க
ஐயாறு திங்கள் அமைதியில் கழிய
பொய்யாத பூவொன்று முகிழ்ந்திடும் வேளை
புனல்பொழி வானகம் கானகம் நுழைய
கனல் திறந்த கண்களில் கசடுகள் மறைந்தன

கள்ளிருக்கும் காதல் மலர் பள்ளிகொண்ட போதினில்
உள்ளிருக்கும் ஊற்றில் அங்கு உயிர் கலந்த வேளையில்
மண்ணிருக்கும் மாந்தரும் விண்ணிருக்கும் தேவரும்
பண்ணிவைத்த பட்டயங்கள் பகல் ஒளியில் மறைந்திட

எண்ணி எண்ணி வைத்திருக்கும் எல்லை கொண்ட செல்வமும்
வலி மிகுந்த வேளைகள் கவியும் நெஞ்சின் வேதனை
எரி வெகுண்ட நெருப்பினில் கவியும் கள்வர் கூட்டமும்
களி நிறைந்த மனத்தினில் கனவுபோல் கரைந்திட
உருவம் கொண்ட யாவையும் உள்ளமதில் அமிழ்ந்திட
பருவம் கொண்ட பாவை நெஞ்சம் கருவம் கொண்டு நிமிர்ந்திட

இனிவரும் நாட்கள் எல்லாம் இளமை கொண்டு பொங்கிட
இனிமையும் இனித்திடும் இன்பம் எங்கும் நிறைந்திட
உள்ளம் சேரும் ஆவலில் உயிர்கள் இரண்டும் சேர்ந்திட

கள்ளமற்ற வெள்ளை நெஞ்சம் அள்ளி அள்ளி அணைத்திட
அன்பு கொண்ட கன்னியும் ஆசை கொண்ட காளையும்
மையலோடு சேரும் நாளில் தையல் மன்றம் ஏகிட

வானம் அங்கு திறந்திட
கார்முகில் குவிந்திட
தேன்நிறை மலர்கள் கொண்ட
கார்குழல் விரிந்திட
வான்மழை பொழிந்திட
வாவி இங்கு நிரம்பிட

அண்டம் மிகு பேரண்டம்
அனைத்திலும் அடங்கி எங்கள்
அழகு மிகு இளவரசி
ஆட்சி இங்கு அமைந்தது

துளிகள் ஒன்று சேருமோ
தூய ஒளி கூடுமோ
மாய மங்கை இளவரசி
காதல் மட்டும் காணுமோ

♦

பெயரற்ற இருள்வெளி

பாலைவனத்தின் படிப்படியாய்
நீளும் மணல்வெளி
பதினாறு பேர் தூக்கிச் செல்லும்
பல்லக்கில் இளவரசி
இடது முன்பக்கம் மூன்றாவது
ஆளாக இளவரசன்

பாலைவனச் சோலை அடைந்து
பல்லக்கை நிறுத்திவிட்டு
அதிகாலைப் பேரொளியின்
முடிவற்ற முதல் விரிவில்
குளிர் மண்ணில் கால்புதைய
இளவரசி நடந்து சென்றாள்

பின்தொடந்த இளவரசன்
கடைசியாக அவளிடம்
கவிதை ஒன்றைத்
தந்துவிட்டுப் போனான்

அவன் சென்ற சிறிது நேரத்தில்
காற்று அவன் காலடித் தடங்களை
முற்றாக அழித்துவிட்டது

'கைகளால் மனத்தால்
பற்ற முடியாத உன்னைத்தான்
நான் அடைய விழைகிறேன்

உன் காலடித் தடங்கள்
பதிந்த பாதையின் ஓரத்தில்
இருந்த சிறுகற்கள்
என் பாதங்களில்
குத்திக் கீறும்போது
உனக்குள் கரைந்து
காணாமல் போகிறது மனம்

பாழ்வெளியின் இனிமையில்
உன் கீதம் கேட்கும்போதெல்லாம்
மதியிழந்து போகிறேன்

வாழ்வின் ஒளிக்கீற்று
பெயரற்றதன் இருள்வெளியில்
ஊடுருவிச் செல்லும்போது
அது எப்படியும் வளைந்து திரும்பவரும்
என்னும் நம்பிக்கையில்
கணக்கற்ற யுகங்கள் கழிகின்றன

அனைத்தும் அறிந்தவனும்
ஒன்றும் அறியாதவனும்
ஒன்றுதான் என்பதை
நீ அறிந்துகொள்ளும் நாளில்
நான் எங்கே இருப்பேன்
என்று நினைத்துப் பார்க்கிறேன்

அன்பின் சாளரம் எப்போதும்
திறந்து கிடக்கும் அதிசயத்தைச்
சிலர் மட்டும் அறிந்த அந்த ரகசியத்தைக்
காட்டிக்கொள்பவனும்
காட்டிக்கொள்ளாதவனும்
இரு வேறு வேடதாரிகள் என்பதை
வானம் கிழிந்து வெளிப்பட்ட ஒளிக்கீற்றில்
பாயிரம் இல்லாத பனுவல் விளக்கியது

மாலை மயங்கும் நேரம்
நதிக்கரையில் கண்மூடி அமர்ந்து
நடுப்பகலுக்கும் நடுஇரவுக்கும் மையம்
அதிகாலையா அந்தி மாலையா

கேள்விக்கு விடை கிடைக்காமல்
பால்வீதியின் தரிசனம் தேடிப்
பாரெங்கும் திரிந்த அவலம்
முடியும் காலம் வந்தது

எனக்குள் நான் பேசும்போது
இல்லாத வியப்பு
எப்போதாவது உன் மொழி
கேட்கும்போது மட்டும் சிலிர்த்து விரிகிறது

மண்ணைப் பிசைந்து முகங்கள் செய்து
கண்ணும் காதும் வைத்தால் உயிர் வருமா
மூச்சின் ஒருநுனியில் ஓசையும்
மறுநுனியில் நிசப்தமும்
நீர்ச் சொட்டுகளெனத்
தொங்கிக்கொண்டிருக்கின்றன

பாலைவனத்தின் அடியில்
புதைந்து கிடக்கும் நகரத்தின்

பேரழகைக் கண்டபின்பு
கருத்திழந்து காட்டுக்குள்
ஓடிக் களைத்துக் குகை நடுவில்
அசையாமல் நின்று எரியும்
ஒளிச்சுடரின் பிம்பம்
கண்ணில் மினுங்கக்
காற்றோடு போன கலைமானைக்
கதை சொல்லி அழைத்து வந்தேன்

பாழ்நகரம் அல்ல இது
காலம் தீண்டாத கன்னி நகரம்
மேற்கும் கிழக்கும் தெற்கும் வடக்கும்
மேலும் கீழும் உள்ளும் புறமும்
பகலும் இரவும் இருளும் ஒளியும்
காற்றும் நீரும் மண்ணும் நெருப்பும்
கலந்து நிற்கும் பெருவெளியில்
கன்னி கழியாமல்
காத்திருக்கும் நகரம் இது

வாய்க்கால்கள் ஓடினால்
வழி அறிந்து காட்டுமோ
கடலாழக் கண்களின்
காட்சிதான் திறக்குமோ

புனல் பாடும் பாடலில்
பூர்வ ஜென்ம நினைவுகள்
காதலின் சுவையுடன்
கலந்து நின்ற அற்புதம்

ஒளி இருள் கொண்டு
தன்னை மூடிக்கொள்கிறது

இருளின் கிழிசல்களின் ஊடே
பாய்கின்றன ஒளிக்கீற்றுகள்

மேகங்களுக்குப் பின்னால் வானம்
எப்போதும் தெளிவாக இருக்கும்
உண்மை தெரிந்த பின்பு
மேகங்களின்மேல் கோபம் போய்விட்டது
மேகங்கள்தான் எவ்வளவு அழகு

பசும்பாறை செந்தணல்
மாமலராள் இதழ்ச் சிவப்பு
செங்கொன்றை மலர்க்கொத்து
ஈரம் காயாத புதுராகம்

ஆயிரம் ஆயிரம் ஆண்டுகள்
கல்லாய் இறுகிப்போயிருந்த
மலைச்சிகரங்களின் உறைபனி
உருகத் தொடங்கியது

பிறந்தது புதியதொரு நதி
புதிய சகாப்தம்
புதிய பயணம்
புதிய தேடல்
புதிய அடைதல்
புதியதொரு கழிமுகம்
புதிய மேகங்கள்
புத்தம் புதுமழை
பெய்யத் தொடங்கியது'

கவிதை முடிந்தது
இளவரசி நிமிர்ந்தாள்

பாலைவனச் சோலை
பசுமை படர்ந்தது
கண்ணுக்கெட்டிய தூரம் விரிந்தது

இளவரசன் போய்விட்டான்
காற்று அழித்துவிட்ட அவன்
காலடித் தடங்களை
புல்வெளி மறைத்தது
அவன் போன திசை
மனச் சுழற்சியில் மறைந்து போயிற்று
அடையாளம் அற்று எங்கும்
நிறைந்து நின்றது வானம்

♦

மூங்கில் காடு

வெண்ணிறப் பட்டாடை அணிந்து
மூங்கில் காட்டுக்குள் நுழைந்தாள் இளவரசி
மூங்கில் காடும் தனக்குள் நுழைந்து
சுருண்டு மூடிக்கொண்டது
உள்வெளி மாறிப்போயிற்று

தனக்குள்ளே அடைந்திருக்கும்
மூங்கில் புதர்கள்
அடர்ந்த இருள்
தனியே திரியும் இளவரசி
வெளியே புதிதாய் விரிந்திருக்கும்
வரையற்ற அகவெளி

உள்வெளி மாறிப்போன
விந்தை அறியாமல்
சூழ்ந்து மூடிய மூங்கில் காட்டின்
வெளியே வரவும் வழி தெரியாமல்
சுற்றிச் சுற்றி வந்தாள் இளவரசி

தன்மேல் காதல் கொண்டாள்
தனிமையில் கானமிசைத்தாள்
அகவெளிப் புதுநிலத்தின்
வசந்த வாசனையில்
புதிய கானம் எழுந்தது
புலர்ந்தது காலை

இளவரசியின் கானத்தில்
புதிய மூங்கில் குருத்துக்கள்
வெளியே வேர்விட்டு
உள்ளே முளைத்தெழுந்தன

காணாமல் போன மூங்கில் காடு
இருந்த இடத்தில் இப்போது
புதிதாய் முளைத்த மூங்கில் புதர்கள்
குழலோசை பயின்று வருவதாகச்
சொல்லிப் போனான் வழிப்போக்கன்

காற்றில் இழைந்த கானம்
கடுகி விரைந்து ஆற்றில் கலந்து
இளவரசன் நாட்டு
நதிக்கரை போய்ச் சேர்ந்தது

ஆற்றில் நடுவில் மீன்பிடித்த
வயதான மீனவன் வலையில்
அகப்பட்ட மாபெரும் மீனின்
திறந்த வாயிலிருந்து
பெருகியது கானம்

பயந்துபோன மீனவன்
இளவரசனின் காலடியில்
கானம் பாடும் மீனைக்
கனவென்று சமர்ப்பித்தான்

இளவரசி குரல்
இதயத்துள் நுழைந்தது
இங்கிவளின் கானம்
பூதலத்தின் குரல்போல்
கேட்கும் அதிசயத்தின்
ஆரம்பம் எதுவென்று
கேட்டான் இளவரசன்

மர்மம் துலங்க
பாதி ராஜ்ஜியமும்
பகல் நேரம் பார் புகழும்
மீதி ராஜ்ஜியத்தின் மோகனமும்
ஓராண்டு தருவதாக
முரசறைந்தான் இளவரசன்

வழிப்போக்கன் வந்தான்
புதிய மூங்கில் காட்டின் கானம்
மீனின் வாயிலிருந்து
பெருகி வருவதைக் கேட்டான்
நாட்டின் எல்லைக்கு வெளியே
தனியே அழைத்துச் சென்று
இளவரசனின் காதில்
ரகசியக் குரலில் சொன்னான்

இளவரசன் தனக்குத் தந்த
ராஜ்ஜியம் வேண்டாமென்று
மோகனத்தை மட்டும் அவன்
தனியே எடுத்துப் போனான்

மந்திரியிடம் நாட்டை ஒப்படைத்து
மூங்கில் காடு தேடி அப்போதே
புறப்பட்ட இளவரசன்
பரிசலேறி வழிகாட்டும் கானம்
கேட்டுக்கொண்டே மாலை நேரம்
மூங்கில் காட்டை வந்தடைந்தான்

கானம் கேட்டது
காதலாள் அவளைக் காணவில்லை
அலைந்தான் அங்குமிங்கும்
நிலத்திலிருந்து கானம்
நிறைந்தெழுவதை அறிந்தான்

நிலம் தோண்டினான்
நீர் பெருகி வந்தது
நீரிறைத்து வெளியேற்றி
நிலம் திறந்து நாயகியின்
மோனக் குரல் கேட்டு
நெஞ்சம் பரிதவித்து
வசந்த வாசனையின்
கிளை பிடித்து உள்புகுந்தான்

நட்ட நடுக்காட்டில்
புதரின் கீழ் அமர்ந்திருந்து
கானம் இசைத்துவந்த
காதலியின் வதனத்தைக்
கருமேகம் போன்ற
கன்னியவள் கார்குழலைக்
கண்டு நெஞ்சம் கனிந்துருகிக்
காதல் பதறும் கையில்
அள்ளி அணைத்தெடுத்து
மூங்கில் காட்டின் உள்ளிருந்து
தோண்டிய நிலவழிக் கிளைபற்றி
இரவு நேரம் வெளிவந்து
நிலவொளியில் தன்
மடிமீது படியவிட்டான்

வெண்ணிறப் பட்டாடை
நிலவொளியில் ஒளிர்ந்திருக்க
மண்ணின் மணம் அவள்
நாசியில் நிறைந்திருக்க
மூங்கில் குழலோசை
மூச்சில் நடை பயில

அதிசயம் பெண்ணுருக்கொண்டு
அவனியில் ஒளிவீசி
அழகாய்ப் படுத்திருக்கும்
அற்புதம் கண்டு அங்கு
வானோர் மண்ணோர்
கந்தர்வ கின்னரர்
யட்சர் தேவர் கீழிறங்கி வந்து
தலை குனிந்து தாள் வணங்கித்
தாம் என்ன தவம் புரிந்தோம்
கண்கொள்ளாக் காட்சியினைக்
கண்டு மனங்குளிர
விண்டு விரிந்து விளக்கமுற
மேன்மை திகழ் தோளும்
மேடிட்ட திருமார்பும்
உடுக்கை இடையும்
விரிந்தகன்ற இடுப்பும்
தேவியவள் இளவரசி
தேன் கசியும் செவ்வாயின்
ஓரத்தில் நகை மிளிர
மலர்விரியக் கண்திறந்தாள்

இளவரசன் முகம் கண்டாள்
இனிமையின் இனிமையாய்
நெஞ்சம் நிறைந்து
நனவும் கனவும்
பெருமிதம் பொங்கப்
பேருலகம் ஓங்கி நிற்க
மடிமீது தான் தவழும்
ஒய்யாரம் ஒசிந்துருகக்
கையூன்றி எழுந்திருந்தாள்

இளவரசி கவிதைகள்

தையலவள் கண்களில்
மையல் அலை ததும்பக்
கைநீட்டிக் காதலனை
மெய் சேர அணைத்தாள்

சுற்றியிருந்தோர் மறைந்துபோயினர்
உலகம் சுற்றுவது நின்று
சூழ்ந்த மௌனத்தில் அமிழ்ந்தது
இளவரசனும் இளவரசியும்
காணாமல் போய்
அணைப்பு மட்டும்
அளவின்றி விரிந்தது

அவளை அவளால்
அறியும் அறிவை
அடைந்தான் இளவரசன்
அற்புதம் தொடங்க
ஆழ்வெளி பரந்தது
அகமும் விரிந்தது
அடிமுடி காணா
அகிலமும் படர்ந்தது
அன்பெனும் வாசல்
அகலத் திறந்தது

♦

கண்ணாடி

இளவரசி தன்னைக்
கண்ணாடியில் பார்த்துக்கொண்டாள்
கண்ணாடி இளவரசியைப்
பார்த்துப் பிரமித்தது

தொலைவும் அண்மையும் ஒன்றாய்ப் போயின
அப்போதும் இப்போதும் ஒரு நேரமானது
நதியும் நதிசேரும் கடலும் ஒரு ராகமானது
கடலும் கடல்சூழ் மேகமும் ஒரு வார்த்தையானது
மேகத்தை வானம் சூழ்ந்தணைத்துக் கொண்டது
வானம் வழியெங்கும் வாக்காய் விரிந்தது

வாக்கின் ஓசையில் வண்ணங்கள் விரிந்தன
பார்க்கும் பார்வையில் பாலாழி திறந்தது
மேற்கும் கிழக்கும் மேதினி எங்கும்
பார்த்து மகிழ்ந்திட வந்தாள் இளவரசி

திரை விலக்கித் தீ மூட்டி வெளிச்சம் காணத்
தெருவெங்கும் அனைவரும் தேடிப் பார்க்க
வான்மேகம் அணிதிரண்டு வரிசை காட்டக்
கண்களிலே கார்மேகம் கனியும் நேரம்
கரும்புவில் புன்னகையாய் வளைந்து நிற்க

நாணம் சில கணங்கள் நாவைக் கட்டப்
பேச்சின்றி மூச்சின்றிப் பொலிந்தாள் இளவரசி

இளவரசிதனைக் காணும் ஆர்வம் கொண்டு
இனிமைநிறை மனத்தினொடு இங்கும் அங்கும்
அலைந்துவரும் மக்களெல்லாம் அருகில் வந்து
அழகு மிக அழகு எனச் சொல்லக் கேட்பீர்

என்றாலும் எங்கள் இளவரசியைப் போல்
எங்கெங்கே தேடியும் கிடைப்பதில்லை
இங்கு இந்தக் கேள்விக்கெல்லாம் பதிலைச் சொல்லி
இளவரசி கருணைமிகு இதயம் காண்பீர்

♦

பாதையின் பதிவுகள்

பாதையின் பதிவுகள் பயின்றுவரும் நாளில்
கோதை கார்குழலி கோயில் நுழைந்தேகி
மூதாதையர் வணங்கும் முப்புர நாயகி
துயிலும் அழகில் மதியும் இழந்து
மாதவம் செய்ய மனமும் இன்றி
மயங்கி விழுந்து இளவரசன்
மலரின் உள்ளே விழித்தெழுந்தான்

மாலை வேளை மாங்கனி பறிக்க
நந்தவனத்தில் நுழைந்தாள் இளவரசி
மலரிதழ் மேவும் முகம் மலர்ந்து விரிய
அகம் பரவும் அளவற்ற ஆழம் கண்டாள்
அருமை கண்டாள் அழகு கண்டாள்
இதுவரை காணாத இனிமை கண்டாள்
மலரினுள் விழித்திருந்த
இளவரசன் முகம் கண்டாள்

மென்மையின் கூர்மை அறிவாயா?
யாது அதன் நிறம்? எனக் கேட்டாள்

மழையின் நிறம் அது
மாதவம் செய்தோர்க்குக்
கனிநிறம் கற்பூரப் பனி நிறம்
நெஞ்சம் நிறைக்கும் மன நிறம்
உதிராத மலரின் புதுநிறம்
என்றான் இளவரசன்

இலைநுனி தொங்கும்
பனித்துளி அனைத்தும்
இளவரசி வதனம்
இனிய மழை பொழியும்

கனவில் இதுபோல் என்றும்
கண்டிராத காட்சி
காவியங்கள் எதிலும் இன்னும்
காணாத காட்சி

கன்னியவள் மீதில்
காதல் மிகக்கொண்டு
என்னுயிரின் வாழ்வும்
மண்ணுலகின்மீது
பண்ணிசைக்க விண்ணதிர
அன்னமவள் நெஞ்சில்
அன்புடனே நானும்
என்றும் குடியிருக்க
ஏழு கடல் ஆழம்
எண்ணம் இங்கு ஏங்கும்

கார்முகிலைப் பிளந்து
கண்ட புதிர் யாவும்
கண்விழி மலர்ந்த ஓர்
காதல் கணம் திறக்க

மின்னலெனக் காட்டி
மீண்டும் அது மறைந்த
ஜாலம் விரியும் அந்த
மாயக் கணப்பிளவில்

நெஞ்சில் குழையும் நீள்விசும்போசை
பஞ்சினும் மென்மை பனிமலராகப்
பெண்ணெனும் ஒயிலான ஒளிமலராகக்
கண்ணில் கலந்து மூச்சில் முயங்கி
நெஞ்சில் விரிந்து பார்வையில் பரந்து
நாவில் நடம் புரியும் நாயகி நாமம்

நெஞ்சை நிறைக்கும் மகிழ்ச்சியின் வலி
சுவாசத்தின் பாதையில் உள்ளே புகுந்து
விரிந்த கணத்தில் கண்கள் திறக்க
இளவரசன் கண்ணில்
புலப்பட்டாள் இளவரசி

மாய உலகின் மலர்க்காட்டில்
அவிழ்ந்து பரவும் நறுமணத்தை
ஆடையாய் அணிந்து அதிகாலை
நகர்வலம் புறப்பட்டாள் இளவரசி

துயிலில் ஆழ்ந்திருந்த உலகில்
யாரும் அவளை அறியவில்லை

நந்தவனங்களில் புகுந்து
மலர்களை நிரப்பினாள்
விடியலுக்கு முன் எழுந்து
விழித்திருந்த வெகு சிலரின்
நாசியில் புகுந்து நெஞ்சை நிறைத்தாள்
குயிலின் குரல் திறந்துவைத்த
நிலைவாசலுக்குள் நுழைந்தாள்

குறை தீர்ந்த உலகின் விரிவில்
நீளும் பாதையின் இருபுறமும்
நீலமலர்ப் புதர்கள்
பாவையவள் பேரழகைப்
பறைசாற்றிப் பாட்டிசைக்கச்
சுவாசத்தின் ராகம்
சுவடின்றிச் சூழ்ந்திருக்க
வாசத்தின் மோகனம்
வாவென்று வரவேற்க
அறுசுவை கடந்த
அப்பாலின் சுவையறிய
மறுசுவை அவள் அதரத்
தேன்சுவை அறிந்தவுடன்
அச்சுவையும் இச்சுவையும்
அடங்காத புதுச் சுவையின்
லாகிரியில் மிதந்துவந்து
தீ மலரின் வாவியதில்
முகம் புதைத்து முக்குளித்து
மூழ்கித் திளைத்த அந்நாள்
முழுதும் நினைவில் வரும்

நதியின் பாதையில் நகர்ந்து போகும்
விதியின் பாதை இதுவெனக் கண்டு
வலியின் கூர்மை நெஞ்சை இரண்டாய்ப்
பிளக்கும் வேதனை அறிந்தான் இளவரசன்

ஆடாமல் அசையாமல்
ஓடாமல் ஒளியாமல்
தேடாமல் திரியாமல்
அகிலமெங்கும் அலையாமல்
அங்குமிங்கும் பார்க்காமல்

வேகம் அடங்கி அங்கு
வேதனையில் ஆழ்ந்திருந்தான்

பாறைகள் அவிழ்ந்தங்கே பனித்துளியாய் மாறிவர
நீரலைகள் கரை கடந்து நிலமெங்கும் முரசறைய
ஆவினங்கள் மடி திறந்து 'அம்மா' என்றழைக்கப்
பூவிரியும் தேன்சோலைப் புள்ளினங்கள் பாடிவர
'ஆகா' என நெஞ்சில் ஆச்சரியம் பரவிவர
மொட்டவிழும் கட்டழகு மூச்சடைக்கும் பேரழகு
கட்டியாண்டுவிடக் கைதுடிக்கும் அவளழகு
எட்டாக் கனியெனவே எங்கேயோ நிற்கின்றாள்
பட்டொளி வீசும் பாவை அவள் நினைவில்
எட்டுத் திக்கும் அவள் புகழ் ஓங்கி விரிந்திடவே
கண்ணான கண்மணியே கற்பகமே கனிச்சுவையே
முடிவான முதற்பொருளே முழுநிலவே நின்னிதழின்
முத்தான சொல்லதனைக் கோத்துப் பாமாலை
பாடி மகிழ்கின்றேன் பவளவாய் திறந்திடுவாய்
ஆடி நிலைக்கின்றேன் அகிலமெங்கும் நிறைந்திடுவாய்

அம்மா நின் சேவடிகள்
தேடி அலைகின்றேன்
அருள்கூர்ந்து என்னெஞ்சில்
அமர்ந்து நீ ஆட்சி செய்வாய்
வான்பொருளே வையத்தின்
தேன் அமிழ்தே நின்றன்
பொன்னாவி மேனியினைப்
பொழுதில்லாப் பெரும்பொழுதை
என்னாவி எந்நாளும்
ஏங்கித் தவிக்காமல்
தேடியலைந்த ஏக்கம்
தேய்ந்து கரைந்திடவும்

பாடிப் பரவசம் உள்ளே
பாய்ந்து அடைந்திடவும்
கூடிக் குலவி நெஞ்சம்
குளிர்ந்து அடங்கிடவும்
ஆடிப் பரவி உள்ளம்
ஓய்ந்து ஒடுங்கிடவும்
நீயும் எனக்கருள்வாய்
நிகரற்ற நிலை தருவாய்

நித்திலமே நின்றன்
நீண்ட புகழ் பாடி
இத்தரணி இருக்கும்வரை
இருந்து கலந்திடவும்
நான் உன்னைச் சேர்ந்திடவும்
நின்னருளால் நின்னருளை
நான் என்றும் அடைந்திடவும்
நலம் கேட்டேன் உன்னிடம்
நாமகளே அளித்திடுவாய்
பால்போன்ற இதயமதைப்
பாமகளே பயிற்றுவிப்பாய்
என்று பலவிதமாய்
ஏங்கி நின்றான் இளவரசன்

பொங்கி வரும் புதுப்புனலில்
பொய் தீர்ந்த புதுவிளக்கில்
உயிர் கலக்கும் உள்ளுணர்வில்
உன்னதப் பெருங்கடலில்
ஓய்ந்து உறங்கிடுவாய்

போதுமிந்தப் போய்வரவு
ஆய்ந்து நீ கற்ற
அரும்பெரும் அறிவையெல்லாம்

அறவே விடுவித்து
அன்பென்னும் அகல்விளக்கில்
அலை ஓய்ந்து உறங்கிடுவாய்

என்று இளவரசி
ஏந்திழையாள் சொன்ன மொழி
மன்று நிறைந்து
மனம் நிறைந்து வழிந்தோட
என்றும் என்னெஞ்சில்
இருந்து கலந்தாட

மலரின் கணத்தில்
உறைகிறாள் இளவரசி
இரவின் பேரொளியில்
எல்லைகளுக்கு அப்பால்
மேகத்தின் வாசனையில்
மலைமுகட்டின் மென்மையில்
நீர்நிலையின் பெருந்திடத்தில்
பாயும் மானின் நிச்சலனத்தில்
பறவையின் பாடலின் மோனத்தில்
உயிராய் நிறைந்து
உறைகிறாள் இளவரசி

♦

மலர்வனம்

மலர்வனம் தேடி வந்தான் இளவரசன்
வனக்கோட்டை நடுவில்
வான்விரியும் பொய்கையின் மையத்தில்
பூவிரியும் மோனவெளி கார்முகிலின் வண்ணம்
கானவெளி விரிந்தங்கு பாய்ந்திருக்கும் வேளை
கோலமயில் கண்மலர்ந்து மான்கள் விளையாட

மின்னல் வரும் நேரம்
கண்ணவிழ யாரும்
பண்ணிசைக்கும் பாவலரின் எண்ணமது போலே
கன்னியவள் வந்தாள்
கலிதீர்த்து நின்றாள்
காதல் மனம் சொல்லவிழக் களிநிறைந்த நெஞ்சம்
மங்கையவள் மனத்தில்
மழை பொழிந்து கரைய
மாலையிலும் காலையிலும் மறையாத மாயம்
இனிமைநிறை வானம்
கனவில் வரும் ராகம்
பூ மலரக் காய் கனியத் தேன் ஊறும் கானம்

அழகு மிகு முகமும்
அருமை அவள் மனமும்
அமைதி விரியும் நெஞ்சும்
அறிவு கடந்து ஏகும்
அன்பு வெளியதனில்
அளவு இலா ஆழம்

தன் இனிமை தானே
தலை அவிழத் தெரியும்
மலை நிமிரும் நேரம்
அலை அடங்கிப் போகும்

இளவரசி இனிமைநிறை ஒளி விரியும் காலை
பவளமொழி பகரும் அவள் பனித்துளியாய் உருகும்

காதல் மனம் தேடும்
நதி சேரும் கடலும்
பாதையெங்கும் சேருமிடம்
நிறைந்திருக்கும் மாயம்

💧

மேலும் நடக்கும் நாடகம்

மேடை கலைந்த பின்பும்
மேலும் நடக்கும் நாடகம்

பார்ப்பவர் எல்லாம் தத்தம்
வீடு போய்ச் சேர்ந்து
உண்டு உறங்கிய பின்பும்
தொடர்கிறது நாடகம்

மேடைமீது இன்னும் அணையாமல்
எரிகிறது விளக்கு

இளவரசனும் இளவரசியும்
பேசிக்கொண்டிருக்கிறார்கள்

       இப்போது என்ன செய்யப் போகிறோம்?
          புதிய நாடகம் போடலாம்
     என்ன நாடகம்? என்ன கதை?
         'புதிதாய்ப் பிறப்போம்' என்ற கதை

ஆனந்த்

அது என்ன?
> நீயும் நானும் இளவரசி இளவரசன்
> என்பதை மறந்து போகிறோம்

அட, சுவாரசியமாக இருக்கிறதே, பிறகு?
> எல்லோரையும்போல்
> சண்டை போட்டுக்கொண்டு
> பிரிந்து போகிறோம்

அது வேண்டாம்
> ஏன்?

வலிக்கும்
> சும்மா, கதைக்காகத்தானே?

இல்லை வேண்டாம்
> பரவாயில்லை இருக்கட்டும்

எதற்கு இந்த வலிக்கும் விளையாட்டு?
> வலி கடந்தால் வழி கிடைக்கும்

வலி இல்லாமல் வழி இல்லையா?
> வலி கடந்தபின் வழி திறக்கும்

வலி எப்படி உண்டாகும்?
> நான் அச்சம் கொண்டவனாக இருப்பேன்
> நீ சினம் கொண்டவளாக இருப்பாய்

ஏன் அவ்வாறு இருக்க வேண்டும்?
> இல்லையெனில் ஒன்றுமே நடக்காது
> குறைகளின் நாடகம்தான் வாழ்க்கை

குறைகளில்லாத உலகம் எப்படி இருக்கும்?
> குறைகள் இல்லையெனில் உலகம் இல்லை
> உலகம் தேவையில்லை
> குறைகளின் அலை எழும்பும்
> பெருங்கடல் உலகம்

சரி ஒப்புக்கொள்கிறேன்

தொடங்குகிறது புதிய நாடகம்
இளவரசனும் இளவரசியும்
வெவ்வேறு நாடுகளின் அரண்மனையில்
புதிதாய்ப் பிறக்கிறார்கள்
தங்களை மறந்து போகிறார்கள்

குதிரைக் கூட்டம் வந்தது
புழுதி மேகம் கிளர்ந்தது
சீக்கிரமாய் ஓடின
சிற்றெறும்புச் சாரைகள்

படகோட்டியின் பாடல்
அலைகளோடு சேர்ந்து
கரையை வந்தடைந்தது
கரையில் முளைத்தன
நீலவண்ணப் புதுப்புற்கள்

அயல்நாட்டுத் தூதுவன்
கொண்டுவந்த சேதி கேட்டு
கோபம் கொண்டான் பேரரசன்
போர் முரசு அறையச் சொன்னான்
வயதான மந்திரி தடுத்தான்
அமாவாசை வரையில் எந்த முடிவும்
எடுக்க வேண்டாம் என்று சொன்னான்

வளர்த்து எடுத்த மூத்த மந்திரி
சொன்ன சொல் கேட்டு
முடிவைத் தள்ளிப் போட்டான் அரசன்

சுக்ல பட்ச சதுர்த்தி அன்று
வந்தான் புதிய தூதுவன்
அயல்நாட்டு அரசன்
முடக்குவாதத்தில் படுத்துவிட அங்கு

ஆட்சியில் அமர்ந்த இளவரசன்
நட்புக்கரம் நீட்டுவதாய்ச்
சொன்னான் வந்த தூதுவன்
மந்திரி மெல்லச் சிரித்தார்

இளவரசி கரம் பற்ற
இளவரசன் விழைவதாகச் சொல்லி
சித்திரம் தந்தான் தூதுவன்
சித்திரம் கண்டாள் இளவரசி

ஆழ நடுக்குளத்தில்
அலைபாயும் கரையருகில்
அவன் இருக்கும் அழகு கண்டாள்
அக்கணமே மையல் கொண்டாள்

பல்வழிப் பாழின் பகலொளி நடனம்
இல்லது அல்லது வல்லது ஆகும்
தொடர்நாடகத்தின் படர்கதைக் காவியம்

மேதினி தோன்றும் மேலவர் தோன்றுவர்
ஆதி நாடகத்தின் அருள்ஒளி தோன்றும்
பாதி நாடகம் தற்போது நடக்கிறது
மீதியின் பாதியில் அருள்வெளி திறக்கும்

காலவெளிக் கதையின் கட்டம் வந்தது
கன்னியும் காளையும் கருத்தொருமித்துக்
காதலின் பாதையில் கைகோத்து நடந்தனர்

வீடு கட்டினர்
கட்டிடங்கள் விளைந்தன
உறவின் கட்டங்கள் கடந்தன
கால மயக்கம் சூழ்ந்தது
மாயக் கலகம் விளைந்தது

மனத்தில் கலக்கம் நிறைந்தது
சுவர்கள் எழுந்து பிரித்தன
தத்தம் வழியே இருவரும்
தனித்த பாதையில் நடந்தனர்

தனக்குள் தனியே தனிவழிப் பாதையில்
கானகத்திருளில் கால்நடையாகத்
தனக்குள் தானே பேசிக்கொண்டு
தலையைக் குனிந்து நடந்தான் இளவரசன்

ஏனிந்த நாட்களெல்லாம்
இடைவந்து இடையூறாய்
வானிழந்த மேகமென
வாடி நான் அலைகின்றேன்

பாட்டுடைத் தலைவியவள்
பால் வடியும் முகம் தன்னைத்
தேடித் திரிந்த அந்த
நாட்களில் நான் கண்டதில்லை

காட்டில் திரிந்துகொண்டு
காதலில் அலைந்துகொண்டு
பிரிவின் துயர் மனத்தைப்
பிய்த்தெடுத்து நாற்புறமும்
வீசி விளையாடும்
விரகத்தில் நான் இங்கு

நீ என்னுடன் இல்லாத
நரகத்தில் நான் மட்டும்
நலிந்து நயமிழந்து
நாடி அலைகின்றேன்

காதல் இளவரசி
கட்டழகி காம நதி
கன்னி உனைக் காணாமல்
கன்றிப் போகுதென் உள்ளம்
நாவில் உன் பெயர் மட்டும்
நன்றினிக்க நாளெல்லாம்
நான் பாடி மகிழ்கின்றேன்
நல்ல சுவை நானறிவேன்

அல்லல் பட்டு நான்
ஆழ்துயரில் அமிழ்ந்துவிட்டேன்
சொல்லழகும் பொருளழகும்
சேர்ந்து இணைந்திருக்கும்
சொல்லின் குமரி நீ
சோர்விலாச் சொல்லூற்றின்
சுந்தர வடிவம் நீ
உன்னை இழந்துவிட்டு
உள்ளமே பாழாக
என்ன நான் சொல்லுவேன்
ஏந்திழையே நீ அருள்வாய்

பந்தியிலே இலை போட்டுப்
பாதியிலே எழுந்திருந்தால்
பசிதான் நீங்கிடுமோ
ருசியும்தான் தெரிந்திடுமோ

பாவியேன் என்னை நீ
பள்ளத்தில் தள்ளுவதேன்
ஆவி கலங்குதடீ

ஆயிழையே எந்தன் உயிர்
மேவி நிற்கும் மேன்மை
உனதெனவே அறிந்துகொண்டேன்

காவி உடுத்துக்
காடு மலை ஏறி இங்கு
நாடி உன் வரம் பெறவே
நான் அலைந்து திரிகின்றேன்
பாடி உனை நினைந்து
பரிதவித்துக் கலங்குகிறேன்
ஏடீ நீ இவ்வாறு
ஏன் வருத்தி வாட்டுகிறாய்
கோடிப் பொன் தந்தாலும்
கோமகளே உன் நினைவைப்
போற்றிப் புகழாமல்
போவதெங்கே நானறியேன்

ஆடி முடித்துவிட்டு
அங்குமிங்கும் பாராமல்
தேடிவந்த தேனமுதைத்
தெவிட்டாத தீஞ்சுவையை
ஆன்ற பெரும் அழகி
அணங்கு அவள் அரும்புகழை
பிணக்கம் தீர்த்துப்
பெருமழை பெய்த பின்னர்
கணக்கில் அடங்காத
காதலின் காவியத்தில்
அன்பான நெஞ்சத்தின்
அண்மையில் நான் ஒய்ந்துறங்க

மணக்கும் அவள் உடலின்
மாயத்தில் நான் கரைய
எங்கே நீ போய்விட்டாய்
என்னுயிரே இன்னமுதே

வளியிழந்த வனம்போல
அசைவற்று உயிரற்று
வண்ணம் இழந்து இங்கு
வாடுதடி என் நெஞ்சம்

உன்னை அடைந்திடவும்
உயிரூற்றில் கலந்திடவும்
பண்ணிய தவமனைத்தும்
பாவை உன் காலடியில்
பணிந்து சமர்ப்பித்தேன்
பார்த்தருள வேண்டுகிறேன்

ஆவியில் கலந்துவிட்ட
அற்புதப் பேரொளியை
அழகு பொலிந்து நிற்கும்
அதிசயத் தேனூற்றை
அடைந்து நான் இங்கு
ஆடி மகிழ்ந்திடவும்

கடைந்தெடுத்த சிற்பம்போல்
உடல் வளைந்து நிற்பவளை
வாரி அணைத்து
வையமெங்கும் நான் நிறையப்
பார் நிறைத்துப் பார் கடந்து
பாலொளிப் பாவைதன்னைப்

பார்க்காத பார்வையினைப்
பார்த்து இன்பம் அடைந்திடவும்
படிக்காத பாசுரத்தைப்
படித்து நிலை எய்திடவும்
நாளெல்லாம் நான் தொழுதேன்
நலம் எனக்குத் தந்தருள்வாய்

நெஞ்சக்குடில் அமர்ந்த நாயகியே
கொஞ்சும் கிளிமொழியே
கோகிலத்தின் மென்குரலே
மஞ்சத்தில் குழையும் மலருடலே

காதல் பெருவீச்சே
கன்னிமகள் தேன்வீச்சே
யான் இனிமேல் எந்நாளும்
உள்ளே உறைந்திருந்து
ஒளிரும் உன் அருளைப்
போற்றிப் புகழ் பாடி
ஆடி மகிழ்ந்திடுவேன்

என்று இளவரசன்
சொன்ன மொழி கேட்டுவிட்டுக்
காதல் இளவரசி
கண்விழித்துப் பார்த்துவிட்டுத்
தூக்கம் கலைந்தெழுந்து
துயரமெல்லாம் தீர்ந்துவிட்டுக்
காதல் மணவாளன்
கனிவான இளவரசன்
கைகளிலே அடங்கிக்
கனியமுதத் தேனிதழைத்

தந்து களிப்பேற்றித்
தரணியெல்லாம் மறந்திடவும்
மீண்டும் உனைச் சேர்ந்து
மகிழ்ந்து அணைத்திடவும்

கண்ணாளா எந்தன்
விண்ணாளும் பெருவிளக்கே
மண்ணாள வந்த உனை
எந்நாளும் சேர்ந்திடவே
பொன்னான என் நெஞ்சம்
பெரும்ஆவல் கொள்ளுதடா

புண்ணாகிப் போனதடா
பொய்கையைப்போல் நீ வருவாய்
என்னாவி உனைச் சூழ்ந்து
விண்மேவிப் பாரெங்கும்
விரிந்து உனைச் சேரும்
வேட்கை மிகவானதடா

கானகப் பெருங்களிறே
காதலின் பேராறே
கண்டு உனை என்றும்
கலந்து மகிழ்வுறவே
ஏங்கி நான் நிற்கின்றேன்
ஏமாற்றம்தான் வேண்டேன்

ஏடெடுத்துப் பார்த்ததில்லை
ஏந்திழை நான் உன் மடியில்
இப்போதும் எப்போதும்
ஆயாசம் ஏதுமின்றி
வாரி நீ எனை அணைத்து

வாயார முத்தமிட்டுக்
கைகளுக்குள் சிறை வைத்துக்
கண்மணியே என்று சொல்லி
வைகறைப் பொழுதுவரை
வளையல்கள் ஓசையிடக்
காலைப் பொழுதுவரை
காற்சதங்கை சப்தமிட
உடல் விடுத்து நாமிருவர்
ஓங்கிப் பெருகிடவும்
மடல் திறந்த தாழைபோல்
மயக்கம் நான் அளித்திடவும்
ஆவல் மிகுந்து நெஞ்சம்
ஆர்ந்தெழுந்து விரிந்திடவும்
பாரெங்கும் உனைக் கண்டு
பாடல் பயின்றிடவும்
காணும் இடம் யாவும் – உன்
காட்சி புலப்படவும்
மெய் சோர்ந்து நிற்கின்றேன்
மேதினியில் தனியே நான்

நாயகனே நானுன்னை
நலம் நிரம்பிக் கூடிடவே
கொஞ்சும் மொழி பேசி
கோலாகலம் நிறைந்து
அன்புநிறை நெஞ்சினொடு
அற்புதக் களி கொண்டு
ஆடி மகிழ நான்
ஆசை கொண்டேன் நீ வருவாய்

என்று இளவரசி
சொன்ன மொழி கேட்டுவிட்டு
விழித்தெழுந்த இளவரசன்
விடுகதைதான் அவிழ்ந்துவிட்டு
விண்ணவரும் மன்னவரும்
வேண்டி நிதம் தவம் புரியும்
இளவரசி கடைக்கண்கள்
இமைக்கும் இடைவெளியில்
இதயத்துள் உலகமெலாம்
இலங்கி நிற்கும் பேரழகைக்
கண்டுகொண்ட இளவரசன்
கண்ணிமைக்க மறந்துவிட்டான்

விண்டு விளக்கமுற
வேல் நிகர்த்த கண்கொண்டு
வேங்கைபோல் உடல்கொண்டு
நாடி நரம்பெங்கும்
நலம் அதிரும் நடனமென
வாடீ என் பைங்கிளியே
வந்து என் கைகளுக்குள்
இறுகும் வரை உனை அணைக்கும்
இனிமையிலும் இனிமையான
இதயவெளிக் காவியத்தின்
இன்பம் வெளிப்படவும்

புதிய ஒளி பாரெங்கும்
படர்ந்து நிறைந்திடவும்
அடர்ந்த இருள் கலைந்து

அகிலமெலாம் நிலைபெறவும்
பார்த்து என் நெஞ்சம்
பாகாய் உருகிடவும்
நெஞ்சக் குருத்தில்
நிலைகொண்டு நீ இருக்கும்
நிகழ்வில்லாப் பெருநிகழ்வு
நிம்மதியின் நீள்நிலமாய்
நாடகம் முடிந்து
நாம் இருவர் பாத்திரமாய்
நல்ல இசைப்பொருளாய்
நாவினிக்கும் தேனமுதாய்
நல்ல கதை இதுவென்றே
நால்வரும் இன்பமுற

நாடகத்தின் முடிவில்
பூடகத் திரை விலக
இளவரசனும் இளவரசியும்
தமை உணர்ந்து தாம் நடித்த
பாத்திரத்தின் சுவையுணர்ந்து
வேடத்தின் முகம் களைந்து
மேடையில் விளக்கெரிய
கட்டியணைத்துக் கண்மலர்ந்து
ஒன்றே பலவாகத்
தோற்றமுறும் ஜாலத்தின்
ஒருவரே இருவராகப்
பிரதிபலிக்கும் மாயத்தின்
உட்சுவை உணர்ந்து உள்ளே
ஒளிவீசும் ஒளியுணர்ந்து
வெளியென்பதில்லாத
உள்ளமே உலகாக

உணரும் அனைத்தும்
உயிரனைத்தும் தானாக

நிலைக்கும் நீள்நிலத்தின்
உள்ளுணர்வாய் இளவரசி
உள்ளிருந்து வெளித்தோன்றும்
உலகமாய் இளவரசன்

மற்றவர் என்ற மாயம்
மறைந்துபோய்த் தான் மட்டும்
நின்று தன்னை உலகாகப்
பிரதிபலிக்கும் உண்மை
விண்டு விளக்கமுறத்
தான்தானே தானே
தானேதான் தானே
தானே தான்தானே
தானே தானேதானே . . .

♦

நீலக்குயில்

நித்திரையின் ஆழத்தில்
நீலக் குயில் கண்டேன்
நிச்சலனம் நிறைந்தவுடன்
நீள்விழிகள் கண்டவுடன்
பச்சிளம் நாயகி உனைப்
பார்த்துவிட விழைகின்றேன்
வாலைக் குமரி நீ
வந்து எந்தன் உளம் சேர்வாய்
வாயார வாழ்த்துகிறேன்
வஞ்சனைகள் நானறியேன்

தேனை நிரப்பி வைத்த
தீங்குரல் கேட்கும் அந்தக்
கானகத்து மையிருட்டில்
வானகம் இறங்கிவரும்

நிதம் உன் உளம் சேர
நிம்மதியும் அடைந்திட
பதம் அடைந்து நிற்கின்றேன்
பாவை நீ வந்திடுவாய்

ஆறாய் ஓடும் உந்தன்
அன்பின் பெருவெள்ளம்
ஆதிக் கடலடையும்
அந்நாளை எதிர்நோக்கிப்
பாரிலே நானும்
பன்னாளாய்க் காத்திருந்தேன்

நீளும் இரவுகளும்
நீள்நிலத்தின் பாதைகளும்
காயும் பகல் நிலவும்
கண்ணெதிரே வெங்கானலும்
தோயும் கடுந்துயரும்
தோள்களிலே பெருஞ்சுமையும்
பாயும் உன் பார்வையிலே
பளிச்சென மறைந்தனவே

கொய்யாக் கனியெனவே
பொய்யாப் புனல் வருகை
மெய்யான நிலமிங்கு
கைப்பட்ட பெருங்கணத்தில்
கலையாத ஓவியமே
எனையாளும் காவியமே
புரியாத எந்நெஞ்சில்
பொன்விளக்கேற்றிடுவாய்

மின்னல் இங்கு பாய்ந்து வந்து மோதுகின்ற போதிலும்
வண்ணம் கொண்ட வேங்கை இங்கு வந்து நின்ற வேளையில்
உற்ற நெஞ்சம் கற்ற கல்வி மொழியிழந்த நேரமும்
பற்றி நின்ற வானவில்லைப் பார்த்துவிட்ட பார்வையில்
ஆயிழையின் மேனிமொழி அறிந்துகொண்ட கணத்தினில்
வாய் திறந்து சொல்ல இங்கு வார்த்தை ஒன்றும் இல்லையே

♦

இளவரசி கவிதைகள்

காட்டுக்குள்ளே இளவரசன்

மாலை நேரம் காலார
உலவச் சென்ற இளவரசன்
கவியும் இருளில் வழி தெரியாமல்
காட்டுக்குள்ளே நுழைந்துவிட்டான்

பொய்கைக் கரையில் புள்ளிமான் கூட்டம்
பொழுது மடியும் வேளையில் அங்கே
வெள்ளைப் புரவி விரைந்து வந்தது
வெண்ணிற ஒளி எங்கும் பரவி விரிந்தது

தன்னை மறந்து நீண்ட நேரம்
பார்த்து நின்றான் இளவரசன்
காலம் கழிவதைக் கணக்கிட மறந்து
புரவியின் அழகில் லயித்து விட்டான்

புரவி நகர்ந்து போனது அங்கே
ஒளியும் அதனுடன் போயிற்று
சூழ்ந்த இருளில் சுவடறியாமல்
வழியைத் தேடி வழியிழந்தான்

காட்டு நரிகளின் ஊளை
உலவும் புலிகளின் உறுமல்
கண்களைக் கட்டிய காரிருள்
கால்களை இடறும் பாறைகள்

கண்கள் இருண்டு கால்கள் தொய்ந்து
மண்ணில் விழுந்தான் இளவரசன்
காலை விடிந்து கண்விழித்துப் பார்க்கக்
காட்டுக்கோவில் வாசலில் கிடந்தான்

கர்ப்பக்கிருகத்தின் இருளில் இருந்து
கரும்பச்சைக் கச்சையணிந்து
வெண்ணிறப் பற்கள் காட்டி
வெளியே வந்தாள் கன்னி இளவரசி

கருத்த சருமம் கார் கருங்கூந்தல்
விழித்த கண்கள் வேல் போன்ற விழிகள்
பழித்த பார்வை கண்களில் செங்கோபம்
சிவந்த அதரம் சிரிப்பில் எக்காளம்

கார்குழலில் செம்மலர்கள்
கைகளிலே பெரும்போர்வாள்
வலது காலை முன்னே வைத்துக்
கம்பீரமாய் அவள் நடந்து வந்தாள்

வாசலில் கிடந்த இளவரசன்
நடந்து வந்தவள் முகம் கண்டான்
கண்களில் கனன்ற கோபம் கண்டு
கைகளை ஊன்றி எழுந்திருந்தான்

ஏனிந்தக் கோபம் ஏந்திழையே என் மேலே
கூனிக் குறுகி நான் கும்பிட்டு உன் இதயம்
தேடித் தவித்துத் திக்கெட்டும் அலைந்திங்கு
வாடித் தறிகெட்டு வஞ்சகத்தில் சிக்குண்டு
பேடியாய்க் குழிபதுங்கி நெஞ்சகம் புண்பட்டேன்

பாடல் இசைத்துப் பின் பார் முழுதும் ஓடிவந்து
கூடிப் பிரியாமல் உன்னோடு முக்காலம்
நாடி நலம் பொருந்தி வாழ்ந்திட நான் ஏங்கினேன்

இளவரசி கவிதைகள்

ஏடீ பெண்பாவாய் என்னிதயம் புரியாதோ
கோடிப் பொன்னிங்கு தேடிக் கொடுத்தாலும்
காலம் முழுவதிலும் கிடைத்திடவே முடியாத
கோவையிதழ் தேனருந்தித் தாகம் தீர்ந்துவிட
வருவாய் நீயென்று காத்திருந்தேன் வெகுநாளாய்

வந்துவிட்டாய் என்று நான் மகிழ்ச்சியுற நினைக்குங்கால்
சினம் மிகுந்து சீற்றமுடன் சிவந்து நிற்கும் உன் கண்கள்
கண்டு நான் மனம் நொந்து காரணமே தெரியாமல்
நிற்கின்றேன் உன் முன்னால் நீதி நீ காட்டிடுவாய்
என்று மனம் பேதலித்துக் கலங்கி நின்றான் இளவரசன்

நீயே தேடி என்னைக் கண்டதாய் நினைத்தாயோ
நான் உன்னைத் தேடி என்னை நீ நாட வைத்து
ஆத்திரம் நீ கொண்டிங்கு அலைந்து திரியுங்கால்
பூத்துப் பின் காய்த்துக் கனியும் நன்னாள் பார்த்து
வாத்தியங்கள் இசைத்து வாவென்று உனை அழைத்து
உன்னோடு சேர்ந்து உலகமெலாம் சுற்றிவரக்
காத்திருந்தேன் உன் வழியைப் பார்த்திருந்தேன் தினமும் நான்

நான் அழைத்தபோதெல்லாம் நீ கேட்டு வாராமல்
நானிலம் எங்கும் தறிகெட்டு அலைந்திட்டாய்
கண்மூடிக் கருத்திழந்து பண்ணொலித்தும் கேளாமல்
விண்ணவர் திறந்து வைத்த வாசலை நீ பாராமல்
மண்ணில் கிடந்துழன்று மதிகெட்டு மனம் வெதும்பி
நின்னருகில் நின்றிருக்கும் எனைக் கண்டு கொள்ளாமல்
என்னிதயம் தேடி எங்கெங்கோ அல்லலுற்று
உடல் சோர்ந்து மனம் சோர்ந்து எனை மறந்து போய் நின்றாய்

கணக்கிட அலகிலாக் கானல் பெருங்கடல் மூழ்கி
முனைப்புடன் இன்ப துன்பம் இரண்டையும் நீ கண்டுகொண்டு
கழித்திட்ட காலமெல்லாம் கன்னி எனைக் கோபமுறச்

செய்து நிதம் பார்த்திருக்கும் வலி தீர மாட்டாமல்
பெய்த மழை நீ செல்லும் பாதைகளைக் கலைத்ததுவே

இன்னும் எத்தனை நாள் ஏங்கி நான் தவித்திடவும்
காலப் பெருங்கனவில் கண்டு உனைச் சேர்ந்திடவும்
எண்ணித் தவமிருந்தேன் எத்தனை நாள் காத்திருந்தேன்
காட்டினுள்ளே நீ வருவாய் என்று நான் கண்டுகொண்டு
கோவில் கட்டி நின்றிருந்தேன் வாயில் வரப் பார்த்திருந்தேன்

ஏன் கோபம் நான் கொள்ளக் கூடாது நீ சொல்வாய்
காலத்தை நிறுத்திவைத்து இளமை நான் காத்திட்டுக்
கருங்கல்லில் உருக்கொண்டு கற்சிலையாய் நின்றிருந்தேன்
நெருங்கி வந்து சேர்ந்திடவும் மாட்டாமல் உறைந்திருந்தேன்

காட்டினுள் நீ நுழைந்ததைக் கண்டதும் நான் விழிப்புற்றேன்
கல்லாகிக் காத்திருந்த கோபம் இன்னும் தீரவில்லை
வில்லில் பொருத்திவிட்ட அம்புபோல் காத்து நின்று
நாண் இழுத்தும் விட முடியா நிலை இங்கு நீண்டுவிட
வீணாகும் காலம் என் வாழ்நாளில் வதைத்த கதை
காணாமல் உனை நான் கழித்த வதை இதையெல்லாம்
உன் மயக்கத்தில் நீ சற்றும் அறியமாட்டாய் என்று
இளவரசி கொதித்தாள் இடைவிடாமல் அழுதாள்
கொஞ்சம் கொஞ்சமாகப் பின் கோபம் கரைந்திட்டாள்

காட்டு வெளியினில் கன்னியும் காளையும்
காற்று மட்டும் சூழ்ந்து காவல் புரிந்து நிற்க
வேனிலும் தூறலும் வேடிக்கை பார்த்திருக்கக்
கட்டற்றுக் கேட்பாரற்றுக் காதல் மிகப் புரிந்து
வேட்கையும் வேட்டையும் வேதனை தீர்வதும்
கேளிக்கை மட்டிலும் வாடிக்கையாகிப்போய்
பாட்டும் புதுப்பாடம் பயிலுவதும் பருகுதலும்
ஊட்டலும் உண்ணலும் உலவுதலும் உருகுதலும்

வாழ்நாளில் இதுவரையில் காணாத காட்சியெல்லாம்
காட்டிவிட்டுக் கண்டுவிட்டுக் கரைதேடிக் காணாமல்
வானும் மனமும் வளர்ந்து வந்த கதையும் மறையக்
காலம் மறந்து கலை மறந்து கற்றவை எல்லாம் மறந்து
விண் திறந்து விழி திறந்து வித்தை பல கற்றுக்
கண் திறந்து புதிதாய்க் காணாத உலகம் கண்டு
ஊனுடம்பும் உயிருணர்வும் உள்ளமும் நிறையப்
புத்துடலும் புத்துயிரும் புத்துணர்வும் கூடி நிற்கப்
புதிய கதை ஒன்றிங்கு தொடங்குவது காணீர்

♦

காதல்

தோண்டத் தோண்டக்
கடைசியில் கிடைத்தது
வானம்

வானம் திறந்து பொழிந்த
புதிய நீரூற்றுக்கள்
காதல் காதல் என்றன

காதல் கசியும் கண்களுடன்
அவள்
வருவோர் போவோரை
வெறித்துப் பார்த்தபடி
கணுக்கால் ஆழ நீரோடையில்
நிற்கிறாள்

மழை பெய்யத்
தொடங்கியபோதுதான்
அவளுக்குத் தெரிகிறது
அம்மணமாய் அழகாய்த்
தான் நிற்பது

🝆

யாத்திரை

சிறுவயதில் நதிக்கரையோரம்
விளையாடப் போய்க்
காணாமல் போய்விட்ட
இளவரசியைத் தேடிப்
புறப்பட்டான் இளவரசன்

ஆண்டு பல நடந்தான்
அங்குமிங்கும் தேடினான்
அதிசயங்கள் நடக்கவில்லை
அற்புதங்கள் ஏதுமில்லை

கற்ற வித்தை அத்தனையும்
பெற்ற வழிகள் யாரறிவார்
பாரில் பற்பல திசைகள் சென்று
வேரில் உதித்த வேட்கைதனை
வேண்டிப் புறப்பட்ட இளவரசன்
தேடிச் சென்ற நாள் முதலாய்

ஆடிப் பாடி ஓடி
அலைந்து திரிந்து
சோர்ந்து வருந்திப் பின்
சொல் விடுத்துத் தனை மறந்து
வழி நெடுகிலும்
புதர்கள் மண்டிக் கிடக்கும்
பழைய பாதையின் ஓரத்தில்
படுத்துக் கிடந்தான்

பாதையில் சென்ற பயணிகள்
அவனைக் கவனிக்கவில்லை

பூதலத்து மாந்தர் அங்கு புகழருந்திப் போதையில்
இமைத்திடாத கண்களில் இங்குமங்கும் அலைந்திட
பழித்திடாத பாதையின் விழித்திடாத நித்திரை
சுழித்த நெஞ்சம் ஏங்கிடக் கழித்திடும் காலத்தில்

ஒருமுறை கண்டிட ஓர்வழி இல்லையே
நெடுங்கனவில் விழித்திட நல்லுபாயம் தெரிந்திட
கடுங்கனவு முடிந்திடும் காலம் என்று வந்திடும்

என்று அங்கு காத்திருந்து
ஓய்ந்திருந்த இளவரசன்
மேற்கே தெரிந்த நீரருவியின்
சாரல் பட்டுக் கண் விழித்தான்

காத்திருந்த நாட்களில் கண்டறியாப் புதுநிலம்
திறந்துவைத்த ரகசியக் குகை நுழைந்து கண்டதும்
யாத்திரையின் முடிவிலே யாவரும் கண்டிட
கட்டறுத்த மேலவர் கனிந்து வந்த காரணம்
வேட்கையின் புயல் முடிந்து வேகமும் அடங்கிட

வெட்டவெளிப் பாதையின் திசையிலாப் பெருந்திசை
கண்ட நெஞ்சம் ஓர்கணம் கணக்கிழந்து போய்விட
புதிய ஒளி கண்டதும் புத்துயிர் கொண்டதும்
தாகம் தீர்ந்த நெஞ்சிலே தனியிடம் கிடைத்தது

பண்ணிவைத்த புண்ணியங்கள் எண்ணிவைத்த ஓலையில்
வெள்ளி வரும் நாளிலே பள்ளிகொள்ளத் தோணுமோ
பண்ணிசைத்து வரிகொடுத்த பாவலர்கள் பாட்டிலும்
காவலர்கள் கட்டிவைத்த காலம் வந்த போதிலும்
ஏடு போட்டு எழுதிவைத்த ஏந்திழையின் புகழையும்
மாடு மனை விட்டுவிட்டு காடு ஏகும் காலமும்
வந்த பின்பு வாய் திறக்க வழி சிறிதும் இல்லையே

மேதினியில் ஒளி இறங்க வாதம் இனி வகுத்திடாமல்
போதம் மிகு தூயவர் சொல்லிவைத்த சொல்லிலும்
பல்லிசையின் நாயகி
பழியிலாத பேதையின்
மனம் கடந்த வான்வெளி மயங்கும் அந்த வேளையில்
வெளி கடந்த பெருவெளியும்
துளியில் பெரு வெள்ளமும்
உள்ளமெங்கும் நிறைந்திட
களியில் நெஞ்சம் கரைந்திட

கன்னி இங்கு வந்ததும்
காதல் மொழி சொன்னதும்
உன்னி உன்னி உறைந்த நெஞ்சம் உருகிவிட்ட வேளையில்
பள்ளியிலே பார்த்தணைத்துத் துள்ளி மஞ்சம் சேர்ந்ததும்
கற்ற கல்வி யாவையும் கலவியில் கரைந்திட
உற்ற நெஞ்சம் ஓர்கணத்தில் பற்றறுத்து விட்டதும்
மான்விழியாள் மையலில் தேன்மொழியும் இசைத்திட
ஒளிநடுவில் ஒருநொடியில் ஒளிர்ந்து நின்ற அவள் முகம்

கொடியிடையும் கொல்விழியும் வடிவுயர்ந்து வானுயரம்
ஒளியின் உருக்கொண்டு அவள் ஓங்கி நின்ற கோலமும்
கான் நிறைக்கும் கானமும்
வான் திறந்த மோனமும்
பார்த்த கண்கள் பழி கடந்து பார் கடந்துபோன கதை
கண்ட பின்பு சொல்லற
சொல்ல இங்கு யாருளர்

♦

முதல் முத்தம்

தன் முதல் முத்தத்தில்
இளவரசி பகிர்ந்துகொண்டது
தீ நாக்குகளின் நடனத்தை

மண் பாதைகள் காற்றில்
மறைந்துபோகும் வரலாறு
மழைக்குத் தெரியுமா
என்று கேட்டபோது
வேல்விழிகள் இரண்டு
திறந்து மூடின

காலை மேகங்கள்
சொன்ன கதை இதுதான் என்று
திரும்பிவந்த தூதுவர்கள்
அரசனிடம் சொல்ல
பாதாளச் சிறையில் இருந்த
மந்திரியை விடுவித்தான் அரசன்

பௌர்ணமிக்கு முன்னால்
இளவரசி கன்னி கழியவேண்டும்
என்றார் மந்திரி

புலவரை அழைத்து அதற்குள்
பாடல் ஒன்று எழுதச் சொன்னான் அரசன்
அவையோர் அவனைக் கானகம்
ஏகுமாறு பணித்தனர்

கன்னி கழிந்து இளவரசி
மகுடம் சூட்டி
அரசியான அன்று
பேரிருள்
நீங்கத் தொடங்கிற்று

♦

நித்யகன்னி

நித்யகன்னியைத் தேடி
நாட்கள் பல அலைந்து
நானிலத்தில் தேடிவிட்டுச்
சோர்வுடன் ஒருநாள்
சற்றுக் கண்ணயர்ந்தபோது
இளவரசன் மனத்தில்
விரிந்த கனவு இது

மண்ணின் ஆழத்தில்
நுழைந்த இளவரசன்
ரகசியங்கள் பேசும்
குரல் கேட்டு நின்றபோது
கதை சொல்லத் தொடங்கின
மண்ணுள்ளே வேர்நுனிகள்
காதுகொடுத்துக் கேட்கத் தொடங்கின
மரங்களின் துளிர்நுனிகள்
ஓரமாய் நின்று அங்கே
ஒட்டுக் கேட்டான் இளவரசன்

இளவரசி கவிதைகள்

எல்லைக்கோட்டுக்கு வெளியே
வரிசையாய் நிற்கும் சிற்பங்கள்
அறியாத கதை இது
என்று தொடங்கின வேர்நுனிகள்

மூடி மறைக்கும் ரகசியங்கள்
வெளியுலவும் இரவு நேரம்
இருளில் வெளிச்சக் கனவு காணும்
மெழுகுவர்த்தியின் பாடல்
இரவு முழுவதும் இசைக்கிறது

பாடிக் களைத்த குரல்கள்
ஓய்ந்தடங்கியபின்
வேய்ங்குழல் நாதம்
வீட்டு வாசல்வரை
துணைக்கு வருகிறது

வீட்டு மதிற்சுவர் கடந்து
பப்பாளி மரங்கள் காய்த்துத் தொங்கும்
தோட்டம் கடந்து
கடைசிக் காலடிகள்
வாயிற்படி மிதிக்கும் வரை
நிசப்தத்தில் தனியாகச் சென்று
வாயிற்படியில் கால் வைத்ததும்
கதவு திறந்து வைத்துக்
கைசேரக் காத்திருக்கும்
நித்யகன்னியின் பூமணம் கமழும்
பொன்னுடல் அணைக்கையில்
பொங்கிவரும் புதுப்புனலின்
புனர்கானம் கேட்கிறது

என்று வேர்நுனிகள்
சொன்ன கதை கேட்டுத்
தாபம் மிகக்கொண்டு
இளவரசன் கனவுலகில் நுழைந்தான்
அங்கு அவன் பாடியது . . .

வாடி என் வான்மயிலே
வந்துபோகும் அலைமகளே
தேனே திரவியமே
தெவிட்டாத தீஞ்சுவையே
மீண்டும் மீண்டும் எந்தன்
மாளாத காதல் நெஞ்சில்
ஆளான நாள் முதலாய்
ஆடுகிறாய் உள்வெளியில்

பாடுகிறாய் பாவை நீ
பயிலாத பாடலெல்லாம்
தேடுகிறேன் அகிலமெங்கும்
தேவதை நீ எங்கு உள்ளாய்

இளமை என்றும் குன்றாத
இதயத்தின் இளவரசி
இன்பத்தின் துணையரசி
இணையில்லா முடியரசி

நெஞ்சம் நெகிழ்ந்து நீராய்ப்
பெருகி நீ ஓடும்போது
கொஞ்சமும் நில்லாமல்
போவதேன் பூமியெங்கும்?

என்று அவன் கேட்ட
கேள்விக்கு அவள் பதிலாய்,

ஏனென்னைத் தேடி நீ
இங்குமங்கும் அலைகின்றாய்
ஏந்திழை நான் எங்கு செல்வேன்
எங்கும்தான் இருக்கின்றேன்

வான் மறைக்கும் ரகசியங்கள்
வாழ்கின்ற நாள் வரைக்கும்
ஊனுடலில் உயிர் நின்று
உள்ளுறையும் காலம் வரை
உன்னுடன்தான் இருக்கின்றேன்
உள்ளபடி சொல்கின்றேன்

கள்ளமற்ற உந்தன் மனம்
கலங்காமல் காக்கின்றேன்
பள்ளம் மேடு இல்லாத
பளிங்கு போன்ற உந்தன் மனம்
உள்ளும் வெளியும்
ஒருசேர உள்ள மனம்
உள்ளபடி காண்கின்றேன்
உறுதுணையாய் நிற்கின்றேன்

காதலினால் எந்தன் உள்ளம்
கடுகி விரைந்து வந்து
மாற்றிலா உந்தன் மனம்
மணம் சேரக் கலந்திடவே
காற்றாக உனை அணைத்துக்
கண்ணிமைக்கும் நேரம்கூடக்
கண்ணை விட்டகலாமல்
கருத்தினிலும் கலந்துநின்று

காலம் கரைந்துவிட்ட
ககனப் பெருவெளியில்
கன்னியென நானும்
கலந்துறைந்து நிற்கின்றேன்
காதல் நெஞ்சம் இங்கு
கனிந்த நிலை நீயறிவாய்

என்றுரைத்தாள் இளவரசி
'நன்று நன்று' என
நூறு குரல் கேட்டுக்
கண்விழித்தான் இளவரசன்

கனவும் நனவும் ஒன்றாய்க்
கலந்துநின்ற மனவெளியில்
காணும் இடமெல்லாம்
கண்டுநின்ற காட்சியின் பின்
காலம் கரையாமல்
கண்விழிகள் இமைக்காமல்
நீள்விசும்பின் அப்பால்
நிர்மலமாய் நற்பொருளாய்
நித்தியமாய் நிலைத்து நிற்கும்
நித்யகன்னி இளவரசி

♦

ஆசிரியரின் பிற காலச்சுவடு வெளியீடுகள்

காலவெளிக் காடு
(பிரக்ஞைவெளி குறித்த கட்டுரைகள்)
ரூ. 150

கவிதை என்னும் வாள்வீச்சு
(கட்டுரை)
ரூ. 100

நான் காணாமல் போகும் கதை
(நாவல்)
ரூ. 50

காலடியில் ஆகாயம்
(கவிதைகள்)
ரூ. 60

அளவில்லாத மலர்
(கவிதைகள்)
ரூ. 65